Impressum
Verlag: BABADADA GmbH, Nedderfeld 112 , 22529 Hamburg
Geschäftsführer / Verlagsleitung: Harald Hof
Druck: Books on Demand GmbH, In de Tarpen 42, 22848 Norderstedt

Imprint
Publisher: BABADADA GmbH, Nedderfeld 112 , 22529 Hamburg, Germany
Managing Director / Publishing direction: Harald Hof
Print: Books on Demand GmbH, In de Tarpen 42, 22848 Norderstedt, Germany

ትምህርት ቤት
School

ማካፈል
delen

186/2

ሰሌዳ
Tafel

መማሪያ ክፍል
Klassenstuuv

የትምህርት ቤት ቅጥር ግቢ
Schoolhoff

መምህር
Schoolmeester

ወረቀት
Papeer

መፃፍ
schrieven

እ ክሪብቶ
Sticken

መፃፊያ ጠረጴዛ
Schrievdisch

ማ መሪያ
Lienholt

መ ሐፍ
Book

ተማሪ
Schöler

የጀርባ ቦርሳ
Ranzel

የእርሳ መያዣ
Feddermapp

እርሳ
Bleesticken

የእርሳ መቅረጫ
Scharpmaker

ላጲ
Radeergummi

የ ዕል ደብተር
Tekenblock

ስዕል

Teken

ቀለም ብሩሽ

Pinsel

ቀለም ጥን

Malkassen

ቀስ

Scheer

ጣበቂያ

Klever

ል ደብተር

Heft to'n Öven

ት ስራ

Huusopgaav

ጥር

Tall

ደ ር

tohooptellen

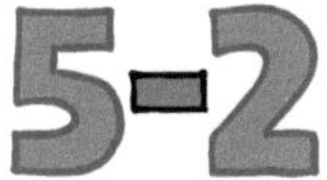

ቀነስ

aftrecken

ባዛት

malnehmen

ጥሮችን ስላት

reken

ደብዳ

Bookstaav

ABCDEFG
HIJKLMN
OPQRSTU
VWXYZ

ፊደላት

ABC

ቃል

Woort

ፅሑፍ

Text

ማንበብ

lesen

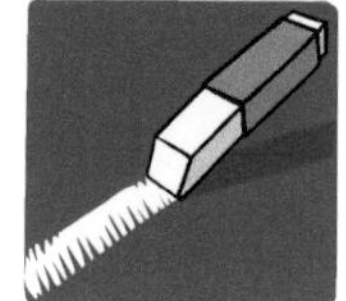

ጠመኔ

Kried

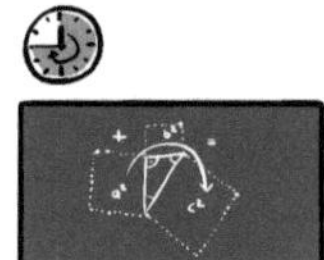

ትምህርት

Stunn

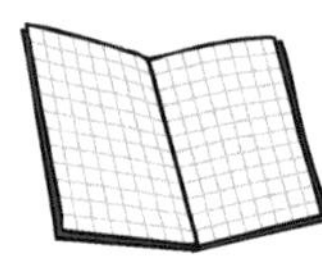

ምዝገባ

Klassenbook

ፈተና

Pröven

ሰርተፊኬት

Tüügnis

የትምህርት ቤት የደንብ ልብስ

Schooluniform

ትምህርት

Utbillen

ዉ.ደ ጥበብ

Nakieksel

ዩኒቨርስቲ

Universität

የምርምር ጉሊ መሳርያ

Mikroskop

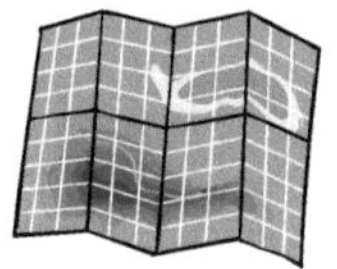

ካርታ

Koort

የቆሻሻ ወረቀት መጣያ ቅርጫት

Papeerkorf

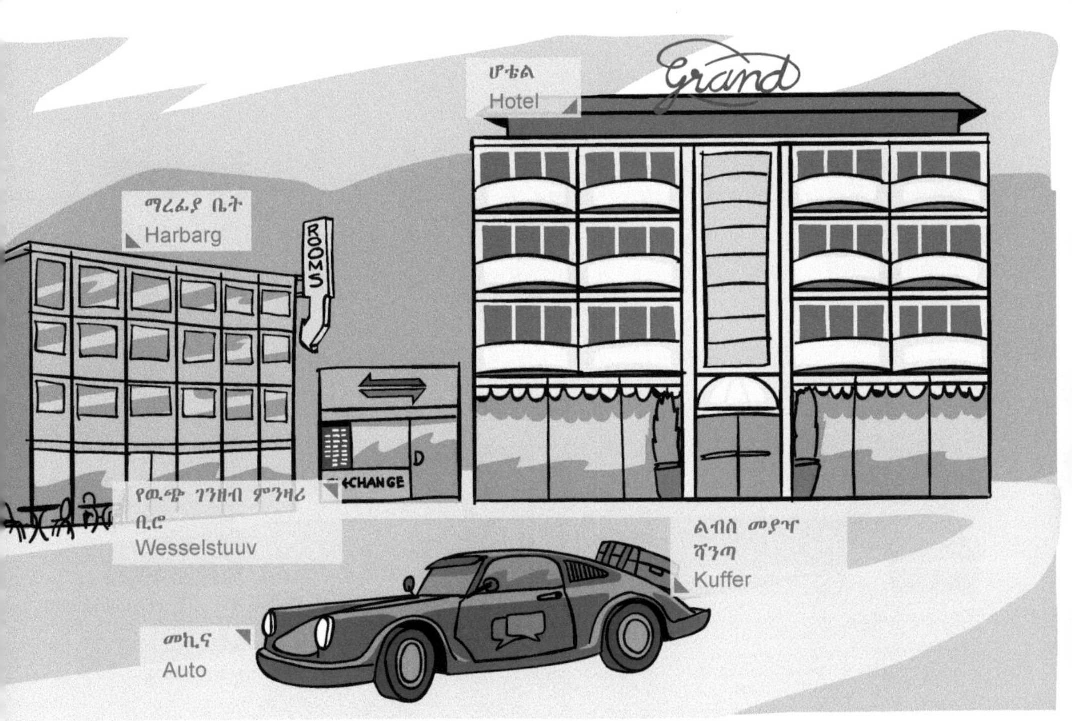

ጉዞ
Törn

ሆቴል
Hotel

ማረፊያ ቤት
Harbarg

የዉጭ ገንዘብ ምንዛሪ ቢሮ
Wesselstuuv

ልብስ መያዣ ሻንጣ
Kuffer

መኪና
Auto

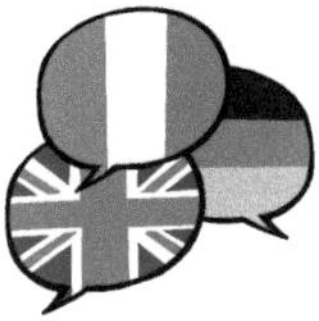

ቋንቋ
Spraak

አዎ/ አይደለም
jo / ne

እሺ
Jo

ሰላም
Moin

አስተርጓሚ
Översetter

አመሰግናለሁ
Dank ok

ስንት ነዉ.......?

Wat kost…?

አልገባኝም

Ik verstah nich

እክል

Problem

እንደምን አመሹ!

Goden Avend

እንደምን አደሩ!

Moin!

መልካም ምሽት!

Gode Nacht!

ደህና ይሰንብቱ

Tschüüs

አቅጣጫ

Richt

ሻንጣ

Bagaasch

ቦርሳ

Tasch

የጀርባ ቦርሳ

Rüchsack

እንግዳ

Gast

ክፍል

Stuuv

የመተኛ ቦርሳ

Slaapsack

ድንኳን

Telt

የጎብኚዎች መረጃ

....

Touristeninformatschoon

የባህር ዳርቻ

....

Strand

ክሬዲት ካርድ

....

Kreditkoort

ቁርስ

....

Fröhstück

ምሳ

....

Meddageten

እራት

....

Avendeten

ቲኬት

....

Fohrkort

አሳንስር

....

Fohrstohl

ማህተም

....

Breefmark

ድንበር

....

Grenz

ባህሎች

....

Toll

ኤምባሲ

....

Bottschop

ቪዛ/የይለፍ ወረቀት

....

Visum

ፓስፖርት

....

Pass

መጓጓዣ

Transport

አዉሮፕላን
Fleger

መርከብ
Schipp

የእሳት አደጋ መኪና
Füerwehrauto

የጭነት መኪና
Lastwagen

አዉቶብስ
Autobus

የሞተር ጀልባ
Motoorboot

መኪና
Auto

ብስክሌት
Fohrrad

የማመላለሻ ጀልባ
....
Fähr

ጀልባ
....
Boot

የሞተር ብስክሌት
....
Motoorrad

የፖሊስ መኪና
....
Polizeiauto

የዉድድር መኪና
....
Rönnauto

የኪራይ መኪና
....
Lehnwagen

የመኪና መጋራት

....

Carsharing

ጎታች መኪና

....

Afsleepwagen

የቆሻሻ ጭነት መኪና

....

Müllauto

ሞተር

....

Motoor

ነዳጅ

....

Kraftstoff

የቤንዚን ማደያ

....

Tanksteed

የመንገድ ምልክት

....

Verkehrsschild

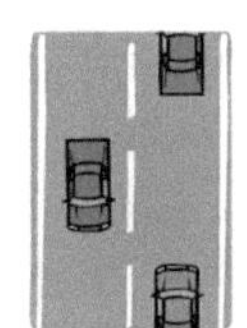

የመኪኖች እንቅስቃሴ

....

Verkehr

የመኪና መጨናነቅ

....

Stau

የመኪና ማቆሚያ

....

Afstellplatz

የባቡር ጣቢያ

....

Bahnhoff

የባቡር ሀዲዶች

....

Sporen

ባቡር

....

Tog

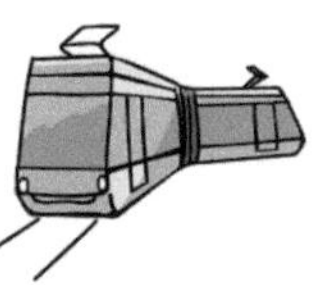

የኤሌክትሪክ ባቡር

....

Stratenbahn

ሰረገላ

....

Wagon

ሄሊኮፕተር
....
Dwarsmöhl

አየር ማረፊያ
....
Flooghaven

ማማ
....
Tower

መንገደኛ
....
Fohrgast

ማስቀመጫ፤ ማጠራቀሚያ
....
Grootkist

ካርቶን እቃ ማሸጊያ
....
Karton

ጋሪ፤ ተሳቢ
....
Koor

ቅርጫት
....
Korf

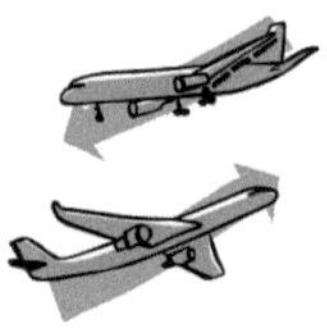

መነሳት/ ማረፍ
....
starten / lannen

ከተማ

Stadt

መንደር
....
Dörp

የከተማ ማዕከል
....
Binnenstadt

ቤት
....
Huus

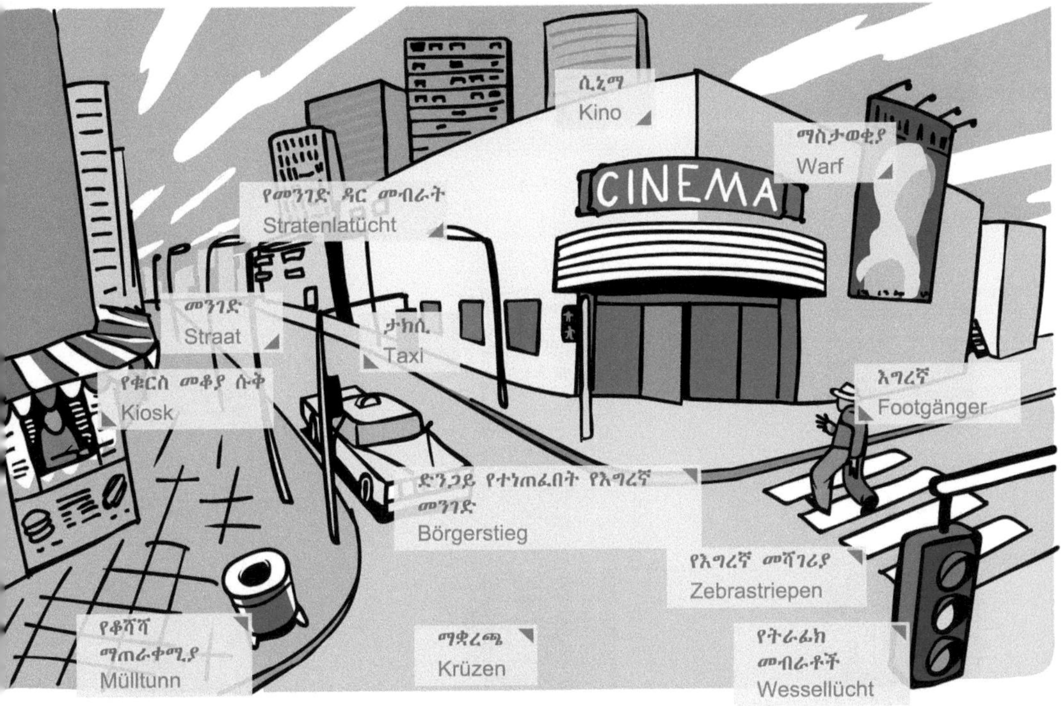

ሲኒማ
Kino
ማስታወቂያ
Warf
CINEMA
የመንገድ ዳር መብራት
Stratenlatücht
መንገድ
Straat
ታክሲ
Taxi
የቁርስ መቆያ ሱቅ
Kiosk
እግረኛ
Footgänger
ድንጋይ የተነጠፈበት የእግረኛ መንገድ
Börgerstieg
የእግረኛ መሻገሪያ
Zebrastriepen
የቆሻሻ ማጠራቀሚያ
Mülltunn
ማቋረጫ
Krüzen
የትራፊክ መብራቶች
Wessellücht

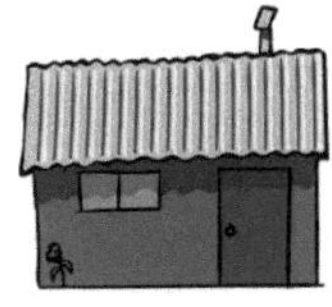

ጎጆ

Hütt

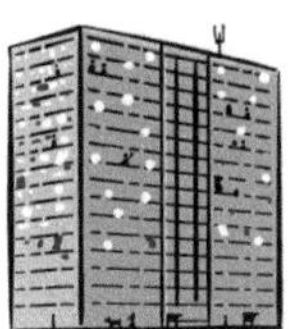

አፓርታማ

Wahnung

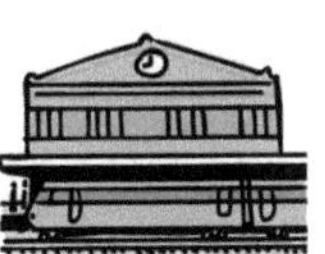

የባቡር ጣቢያ

Bahnhoff

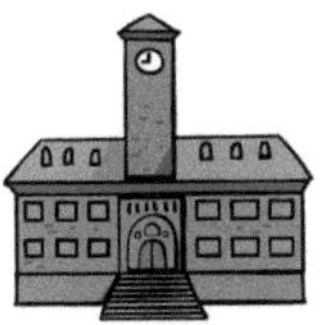

የከተማ አዳራሽ

Raathuus

MUSEUM

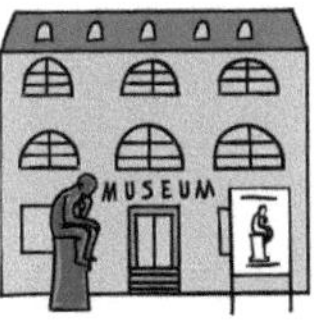

ቤተ መዘክር

Museum

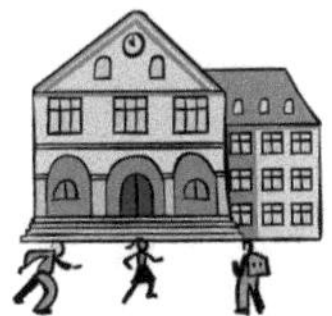

ትምህርት ቤት

School

ዩኒቨርስቲ

Universität

ባንክ

Bank

ሆስፒታል

Krankenhuus

ሆቴል

Hotel

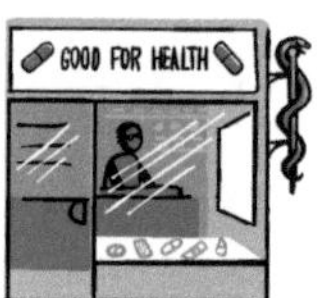

መድሐኒት ቤት

Afteek

ቢሮ

Büro

መፅሐፍ መሸጫ

Bookhökerie

ሱቅ

Hökerie

የአበባ መሸጫ

Blomenhökerie

የሸቀጣ ሸቀጥ መደብር

Supermarkt

ገበያ ስፍራ

Markt

መደብር

Koophuus

የዓሳ ነጋዴ

Fischhökerie

የገበያ ማዕከል

Inkoopszentrum

ወደብ

Haven

መናፈሻ ቦታ

Parkanlaag

አግዳሚ ወንበር

Bank

ድልድይ

Brüch

ደረጃዎች

Trepp

ዉስጥ ለዉስጥ

Ünnergrundbahn

ዋሻ

Tunnel

የአዉቶቡስ ፌርማታ

Busstoppsteed

ባር

Bar

ምግብ ቤት

Spieslokal

የፖስታ ሳጥን

Breefkassen

የመንገድ ምልክት

Stratenschild

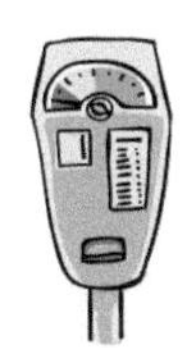

የመኪና ማቆሚያ ሒሳብ የሚያሰላ ማሽን

Parkklock

የደር እንስሳት ማቆያ

Deertenpark

የመዋኛ ገንዳ

Baadanstalt

መስጊድ

Moschee

እርሻ

Buernhoff

የሚበክል ነገር

Ümweltversmudden

መቃብር ስፍራ

Karkhoff

ቤተ ክርስቲያን

Kark

መጫወቻ ሜዳ

Speelplatz

ቤተ መቅደስ

Tempel

መልከዓምድር

Landschop

ቅጠል
Blatt

የመንገድ ላይ ምልክት
Wiespahl

መንገድ
Weg

አረንጓዴ መስክ
Wisch

ድንጋይ
Steen

በእግሩ የሚጓዝ
Wannerer

ዛፍ
Boom

ወንዝ
Fluss

ሳር
Gras

አበባ
Bloom

ሸለቆ
....
Daal

ኮረብታ
....
Barg

ሀይቅ
....
See

ጫካ
....
Holt

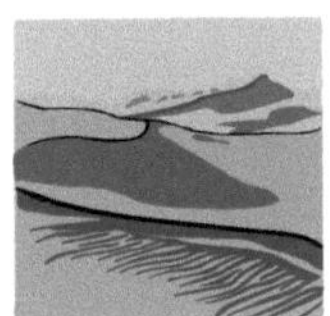

በረሃ
....
Wööst

እሳተ ገሞራ
....
Füerspien Barg

ግምብ
....
Slott

ቀስተ ዳመና
....
Regenbagen

እንጉዳይ
....
Poggenstohl

የቴምብር ዛፍ/ ዘንባባ
....
Palm

ቢንቢ/ የወባ ትንኝ
....
Steekmück

በራሪ
....
Fleeg

ጉንዳን
....
Miegeemk

ንብ
....
Imm

ሸረሪት
....
Spinn

ጢንዚዛ

Sebber

እንቁራሪት

Pogg

ሽኮኮ

Katteker

ጃርት

Swienegel

ጥንቸል

Haas

ጉጉት ወፍ

Uul

ወፍ

Vagel

የዉሃ ዳክዬ

Swaan

ከርከሮ

Wildswien

አጋዘን

Hirsch

አጋዘን

Elk

ግድብ

Staudamm

በነፋስ የሚሽከረከር

Windrad

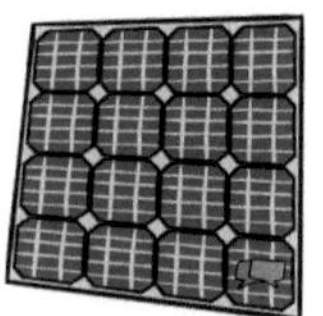

የፀሀይ ፓኔሎ

Solarmodul

አየር ንብረት

Klima

ምግብ ቤት

Spieslokal

አስተናጋጅ
Kellner

ማዉጫ
Spieskoort

ወንበር
Stohl

ሾርባ
Supp

ፒዛ
Pizza

መክተፊያ
Bestick

የጠረጴዛ ጨርቅ
Dischdeek

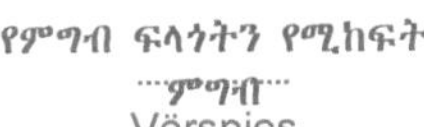

የምግብ ፍላጎትን የሚከፍት ምግብ
Vörspies

ዋና ምግብ
Haupteten

ማጣጣሚያ ተከታይ ምግብ
Nadisch

መጠጦች
Drünk

ምግብ
Eten

ጠርሙስ
Buddel

ፈጣን ምግብ

Fastfood

የመንገድ ምግብ

Strateneten

የሻይ ማንቆርቆሪያ

Teekann

የስኳር እቃ

Zuckerdoos

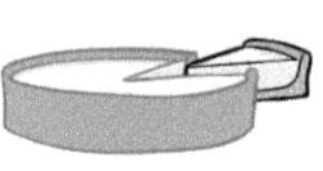

ድርሻ

Portschoon

የቡና ማፊያ ማሽን

Espressomaschien

ባለጌ ወንበር

Hoochstohl

የክፍያ ደረሰኝ

Reken

ትሪ

Tablett

ቢላዋ

Mess

ሹካ

Gavel

ማንኪያ

Lepel

የሻይ ማንኪያ

Teelepel

ልብስ ምግብ እንዳይነካ የሚረዳ ጨርቅ

Munddook

ብርጭቆ

Glas

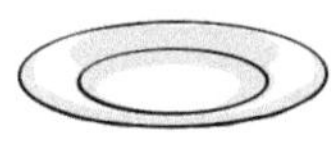

ዝርግ ሰሀን

Töller

የሾርባ ጎድጓዳ ሰሀን

Suppentöller

የስኒ ማስቀመጫ

Ünnertass

ማጣፈጫ ስጎ

Sooß

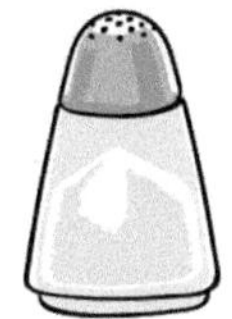

የጨዉ እቃ

Soltstreuer

የተፈጨ ቃሪያ

Pepermöhl

ኮምጣጤ

Etig

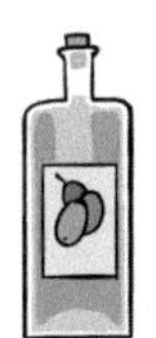

የምግብ ዘይት

Ööl

ቀመማ ቅመሞች

Krüder

የቲማቲም ድልህ

Ketchup

ሰናፍጭ

Mostrich

ማዮኒዝ

Mayonnaise

የሸቀጣ ሸቀጥ መደብር

Supermarkt

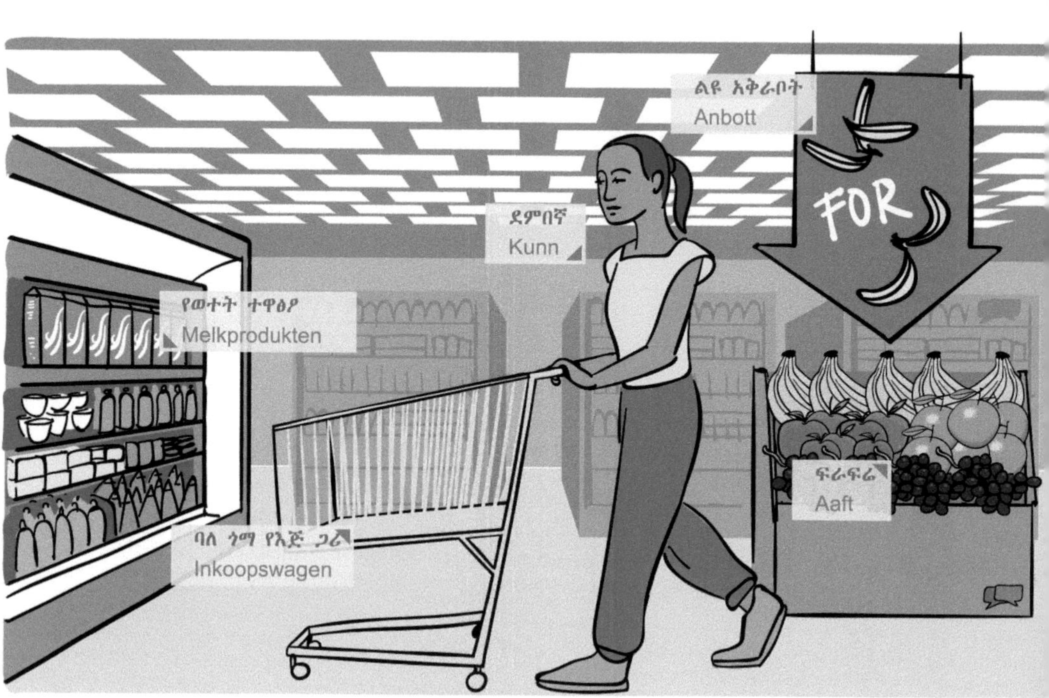

ልዩ አቅራቦት
Anbott
ደምበኛ
Kunn
FOR
የወተት ተዋፅዖ
Melkprodukten
ፍራፍሬ
Aaft
ባለ ጎማ የእጅ ጋሪ
Inkoopswagen

BUTCHERS

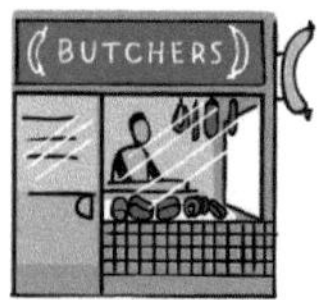

ሉካንዳ ነጋዴ

Slachterie

BAKERY

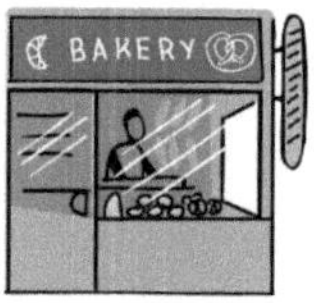

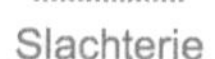

መጋገርያ

Bäckerie

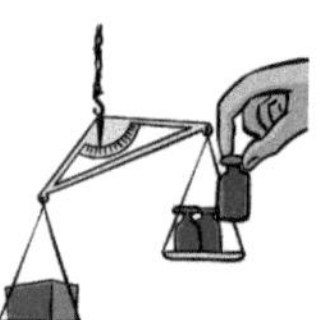

ክብደት መመዘን

wegen

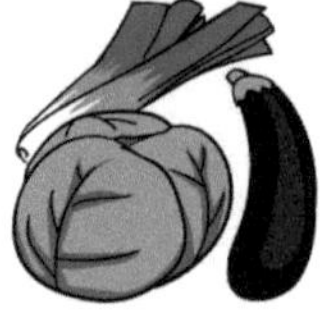

ቅጠላ ቅጠል አትክልት

Gröönsaken

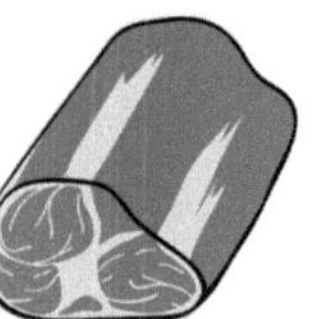

ስጋ

Fleesch

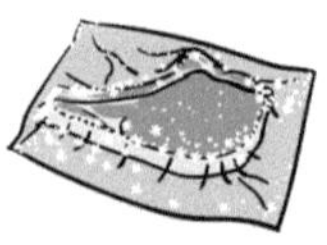

የቀዘቀዘ/የረጋ ምግብ

Deepköhlkost

ቀዝቃዛ ቁራጭ

Opsnitt

የታሸገ ምግብ

Konserven

የማጠቢያ ዱቄት

Waschmiddel

ጣፋጮች

Snoopkraam

የቤት ዉስጥ ዉጤቶች

Huushooltssaken

የፅዳት ምርቶች

Reinmaaktüüch

የሽያጭ ባለሙያ

Verköpersche

የገንዘብ መመዝቢያ ማሽን

Kass

የሒሳብ ሰራተኛ

Kasserer

የግዢ ዝርዝር

Inkoopslist

ክፍት ሰዓታት

Opsparrtieden

የኪስ ቦርሳ

Breeftasch

ክሬዲት ካርድ

Kreditkoort

ቦርሳ

Tasch

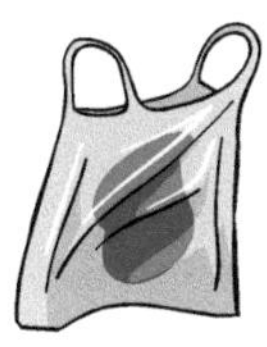

የፕላስቲክ ቦርሳ

Plastiktüüt

Drünk

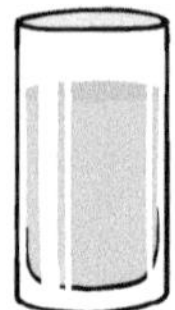

ዉሃ

Water

ጭማቂ

Saft

ወተት

Melk

ኮካ-ኮላ

Cola

ወይን

Wien

ቢራ

Beer

አልኮል

Spriet

ኮካ

Kakao

ሻይ

Tee

ቡና

Koffie

የተፈላ ቡና

Espresso

ካፑቺኖ

Cappucino

ሙዝ

Banaan

ፖም

Appel

ብርቱካን

Appelsien

ሀብሀብ

Meloon

ሎሚ

Zitroon

ካሮት

Wöttel

ነጭ ሽንኩርት

Knuuvlook

ሸምበቆ

Bambus

ቀይ ሽንኩርት

Zibbel

እንጉዳይ

Poggenstohl

ለዉዝ

Nööt

የህፃናት ምግብ

Nudeln

ፓስታ
....
Spaghetti

ሩዝ
....
Ries

ሰላጣ
....
Salat

የድንች ጥብስ
....
Pommes frites

ድንች ጥብስ
....
Braadkantüffeln

ፒዛ
....
Pizza

ዳቦ ዉስጥ በስሱ ተጠብሶ የገባ
......ስጋ......
Hamborger

ሳንድዊች
....
Sandwich

ጥሬ ስጋ
....
Snitzel

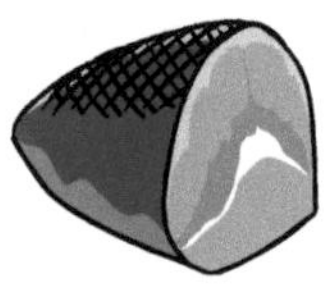

የአሳማ ስጋ
....
Schinken

በቅመምና በጨዉ የታሸ ምግብ
ቀዝቅዞ የሚበላ ሾርባ ምግብ
....
Salami

ቋሊማ
....
Wust

ዶሮ
....
Hohn

ጥብስ
....
Braden

አሳ
....
Fisch

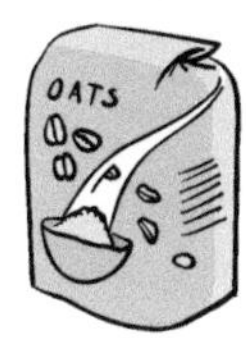

የአጃ ገንፎ

Haverflocken

ከወተት ጋር ተደባልቀዉ የሚበሉ ምግቦች

Müsli

የበቆሎ ቅርፊት

Cornflakes

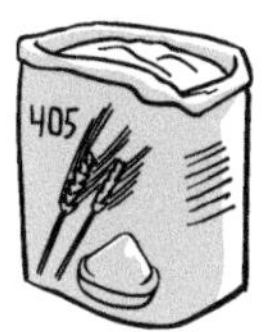

ዱቄት

Mehl

ኩራሳ

Croissant

ድብልብል ዳቦ

Rundstück

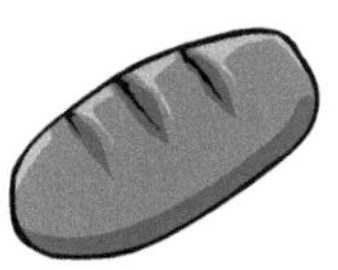

ዳቦ

Broot

መጥበስ

Toast

ብስኩት

Keksen

ቅቤ

Botter

እርጎ

Quark

ኬክ

Koken

እንቁላል

Ei

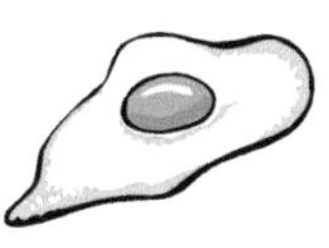

እንቁላል ጥብስ

Spegelei

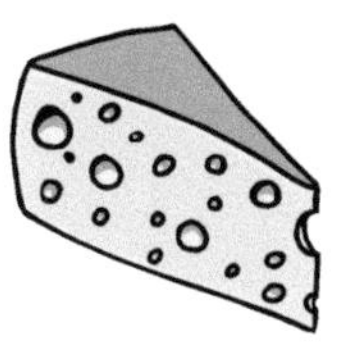

አይብ

Kees

የበረዶ ክሬም

Ies

ስኳር

Zucker

ማር

Honnig

ማርማላት

Marmelaad

የተናጠ የወተት ክሬም

Nougat-Creme

ማጣፈጫ

Curry

እርሻ
Buernhoff

የገበሬ ቤት
Buernhuus

የእህልና የከብት ማቀመጫ ቤት
Schüün

የጭድ ክምር
Strohballen

ሜዳ
Feld

ፈረስ
Peerd

ተሳቢ መኪና
Hänger

የፈረስ ዉርንጭላ
Fahlen

የእርሻ መኪና
Trecker

አህያ
Esel

በግ
Schaap

የበግ ጠቦት
Lamm

ፍየል
....
Zeeg

ላም
....
Koh

ጥጃ
....
Kalf

አሳማ
....
Swien

ግልገል አሳማ
....
Farken

ኮርማ
....
Bull

ዝይ

Goos

ዳክዬ

Aant

የዶሮ ጫጩት

Küken

ዶር

Hohn

አዉራ ዶሮ

Hahn

አይጥ

Rott

ደድመት

Katt

አይጥ

Muus

በሬ

Oss

ዉሻ

Hund

የዉሻ ቤት

Hunnenhütt

የአትክልት ቦታ

Goornslauch

ዉሃ ማጠጫ ባልዲ

Geetkann

ረጅም ማጭድ

Lee

ማረሻ

Ploog

ማጭድ

Sich

መኮትኮቻ

Hack

የእህል መንሽ

Mestfork

መጥረቢያ

Ext

ኩርኩር/ የእጅ ጋሪ

Schuufkoor

ገንዳ

Trog

የወተት ዕቃ

Melkkann

ጆንያ ከረጢት

Sack

አጥር

Tuun

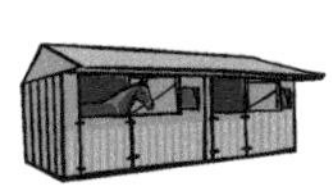

የፈረስ ጋጣ

Stall

ዕፅዋት ማሳደጊያ የመስታዉት ቤት

Drievhuus

አፈር

Bodden

ዘር

Saat

የመሬት ማዳበሪያ

Dünger

ጥምር ማረሻ

Meihdöscher

አዝመራ መሰብሰብ

oornen

አዝመራ

Oorn

ድንች

Yamswöttel

ስንዴ

Weten

ሶያ

Soja

ድንች

Kantüffel

በቆሎ

Törksche Weten

የከብት መኖ

Rapp

የፍሬ ዛፍ

Aaftboom

የካሳቫ ዛፍ

Troopsch Kantüffel

እህል

Koorn

ቤት

Huus

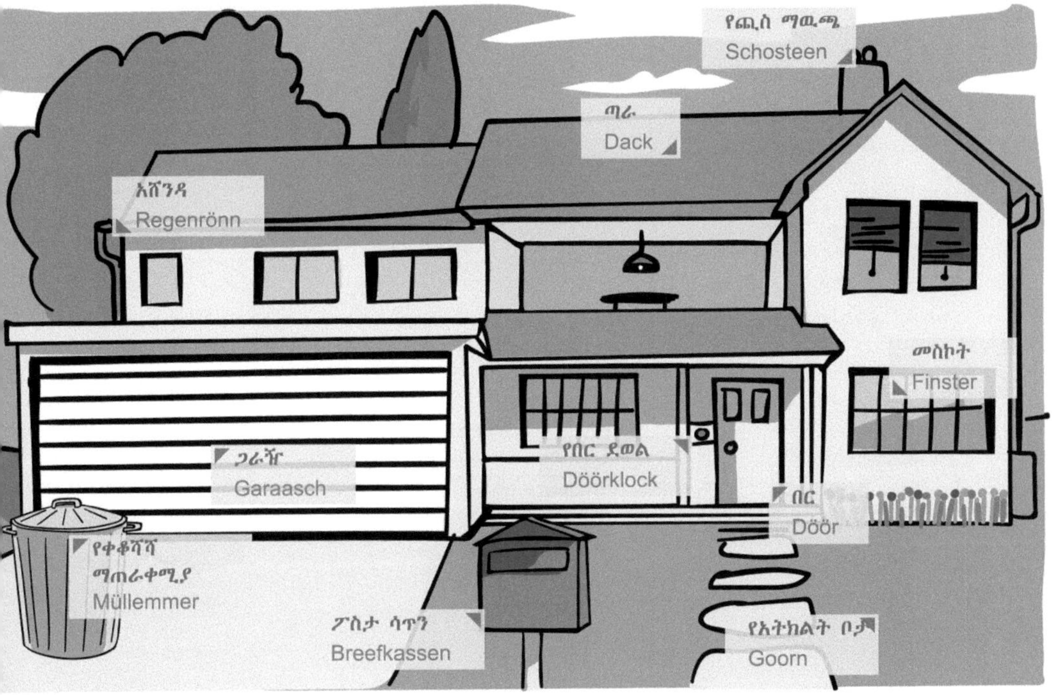
የጪስ ማዉጫ
Schosteen
ጣራ
Dack
አሸንዳ
Regenrönn
መስኮት
Finster
ጋራዥ
Garaasch
የበር ደወል
Döörklock
በር
Döör
የቆሻሻ ማጠራቀሚያ
Müllemmer
ፖስታ ሳጥን
Breefkassen
የአትክልት ቦታ
Goorn

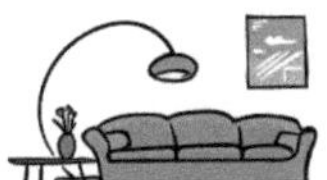

ሳሎን

Wahnstuuv

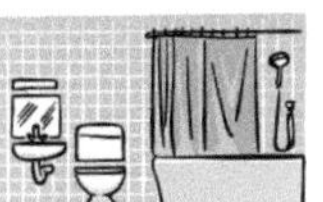

መታጠቢያ ቤት

Baadstuuv

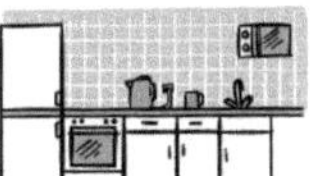

ማድቤት

Köök

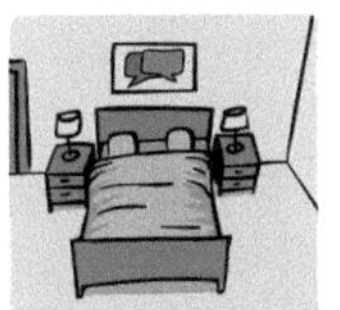

መኝታ ቤት

Slaapstuuv

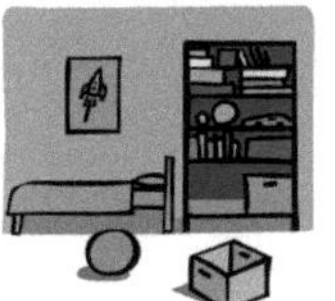

የልጅ ክፍል

Kinnerstuuv

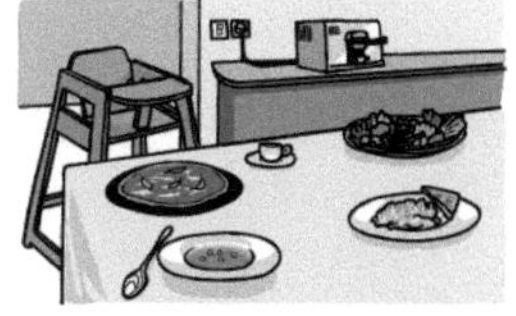

መመገቢያ ክፍል

Eetstuuv

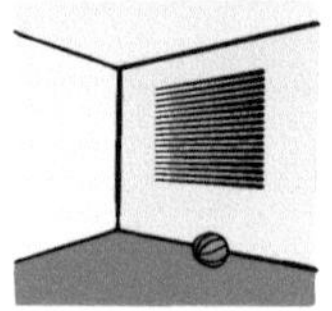

ወለል

Footbodden

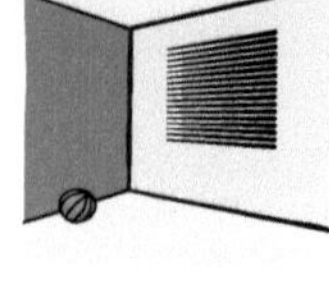

ግድግዳ

Wand

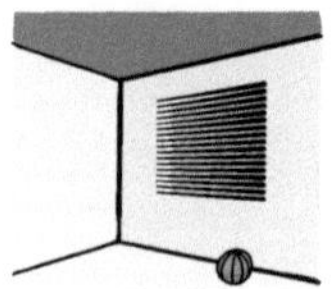

ጣሪያ

Deek

ምድር ቤት

Keller

በእንፋሎት ሙቀት መታጠቢያ ቤት

Hittluftbad

ሰገነት

Balkon

ከፍ ያለ መደብ

Terrass

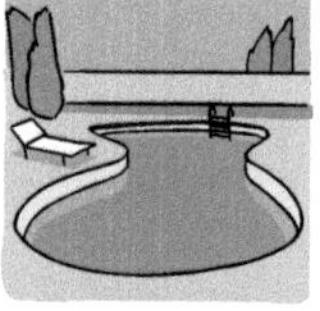

የመዋኛ ገንዳ

Swümmbad

የማጨጃ መኪና

Rasenmeiher

አንሶላ

Bettbetog

የአልጋ ልብስ

Bettdeek

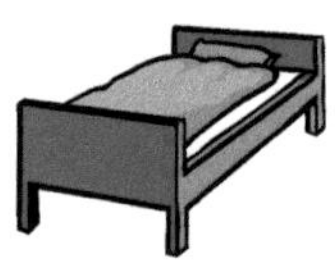

አልጋ

Puuch

መጥረጊያ

Bessen

ባልዲ

Emmer

ማብሪያና ማጥፊያ

Schalter

ሳሎን

Wahnstuuv

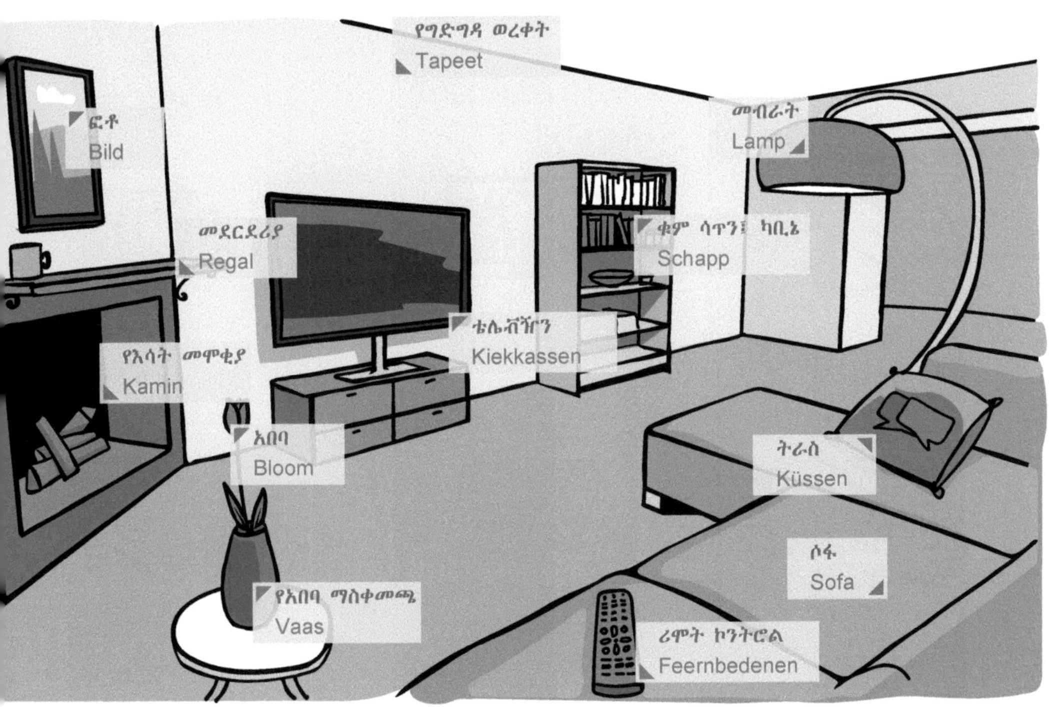

የግድግዳ ወረቀት
Tapeet

ፎቶ
Bild

መብራት
Lamp

መደርደሪያ
Regal

ቁም ሳጥን፣ ካቢኔ
Schapp

ቴሌቭዥን
Kiekkassen

የእሳት መሞቂያ
Kamin

አበባ
Bloom

ትራስ
Küssen

ሶፋ
Sofa

የአበባ ማስቀመጫ
Vaas

ሪሞት ኮንትሮል
Feernbedenen

ንጣፍ
Teppich

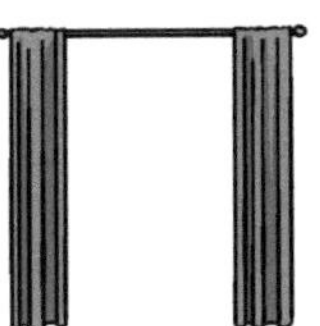

መጋረጃ
Vörhang

ጠረጴዛ
Disch

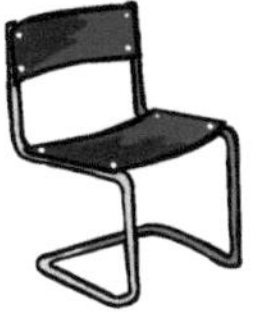

ወንበር
Stohl

ተወዛዋዥ ወንበር
Schuckelstohl

ባለመደገፊያ ወንበር
Sessel

መጽሐፍ
Book

ብርድ ልብስ
Deek

ጌጥ
Dekoratschoon

ማገዶ
Füerholt

ፊልም
Film

የሙዚቃ መማጫወቻ
Stereoanlaag

ቁልፍ
Slötel

ጋዜጣ
Narichtenblatt

ስዕል
Gemälde

የተለጠፈ ማስታወቂያ እንደ ስዕል
Poster

ራዲዮ
Radio

ማስታወሻ ደብተር
Opschrievblock

የአየር ማፅጃ ለምንጣፍ
Huulbessen

ቁልቋል
Kaktus

ሻማ
Kars

ማድቤት
Köök

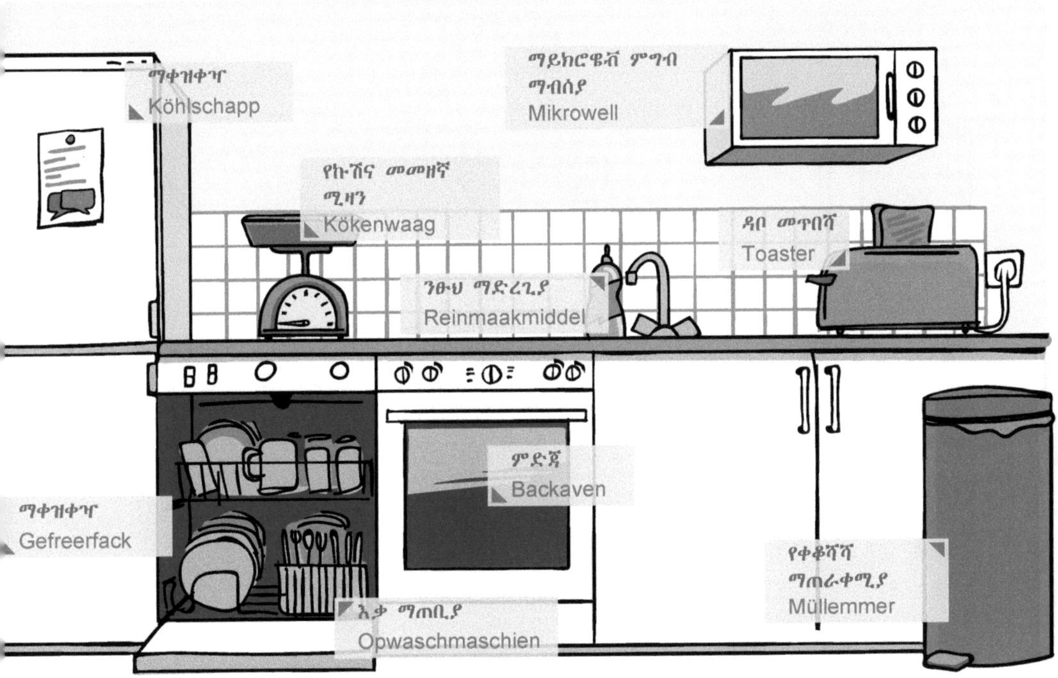

ማቀዝቀዣ
Köhlschapp

ማይክሮዌቭ ምግብ ማብሰያ
Mikrowell

የኩሽና መመዘኛ ሚዛን
Kökenwaag

ዳቦ መጥበሻ
Toaster

ንፁህ ማድረጊያ
Reinmaakmiddel

ምድጃ
Backaven

ማቀዝቀዣ
Gefreerfack

የቆሻሻ ማጠራቀሚያ
Müllemmer

እቃ ማጠቢያ
Opwaschmaschien

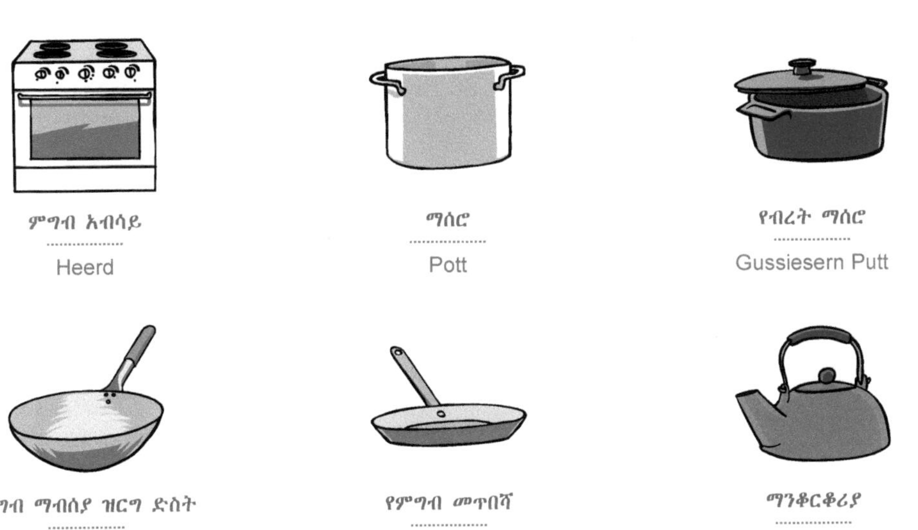

ምግብ አብሳይ
Heerd

ማሰሮ
Pott

የብረት ማሰሮ
Gussiesern Putt

ምግብ ማብሰያ ዝርግ ድስት
Wok / Kadai

የምግብ መጥበሻ
Pann

ማንቆርቆሪያ
Waterkaker

የእንፋሎት ማብሰያ
Dampkaakputt

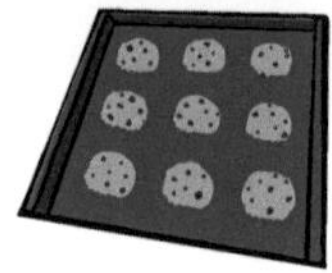

የመጋገሪያ ትሪ
Backblick

ሰብስቦች
Geschirr

ትልቅ ኩባያ
Beker

ጎድጓዳ ሳህን
Schaal

ቾፕስቲክስ
Eetsticken

ጭልፋ
Suppenkell

መሰቅሰቂያ ዝርግ ማንኪያ
Pannenwenner

ማደባለቂያ
Sneebessen

መወጠሪያ
Kaakseef

ወንፊት
Seef

መፈርፈሪያ መሳሪያ
Riev

ሲሚንቶ
Mörser

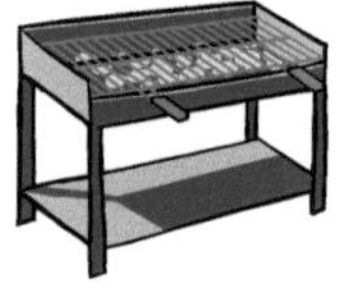

የፍም ጥብስ
Grill

የተለቀቀ እሳት
Füerstell

መክተፊያ

....

Sniedbrett

ተንሸራታች መርፌ

....

Nudelholt

የጠርሙስ መክፈቻ

....

Proppentrecker

ጣሳ

....

Doos

የጣሳ መክፈቻ

....

Dosenaapner

የማሰሮ መሸፈኛ

....

Pottlappen

ሳህን ማጠቢያ

....

Waschbecken

ብሩሽ

....

Böst

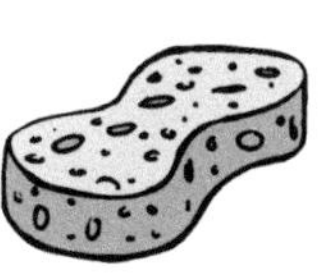

ስፖንጅ

....

Swamm

መደባለቂያ መሳሪያ

....

Mixer

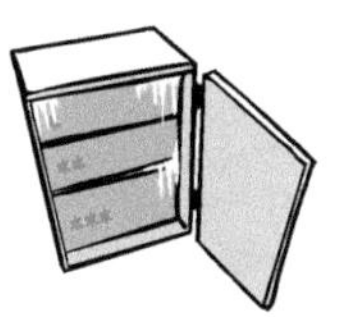

በጣም ማቀዝቀዣ

....

Iesschapp

ጡጦ

....

Nuckelbuddel

ቧንቧ

....

Waterhahn

መታጠቢያ ቤት

Baadstuuv

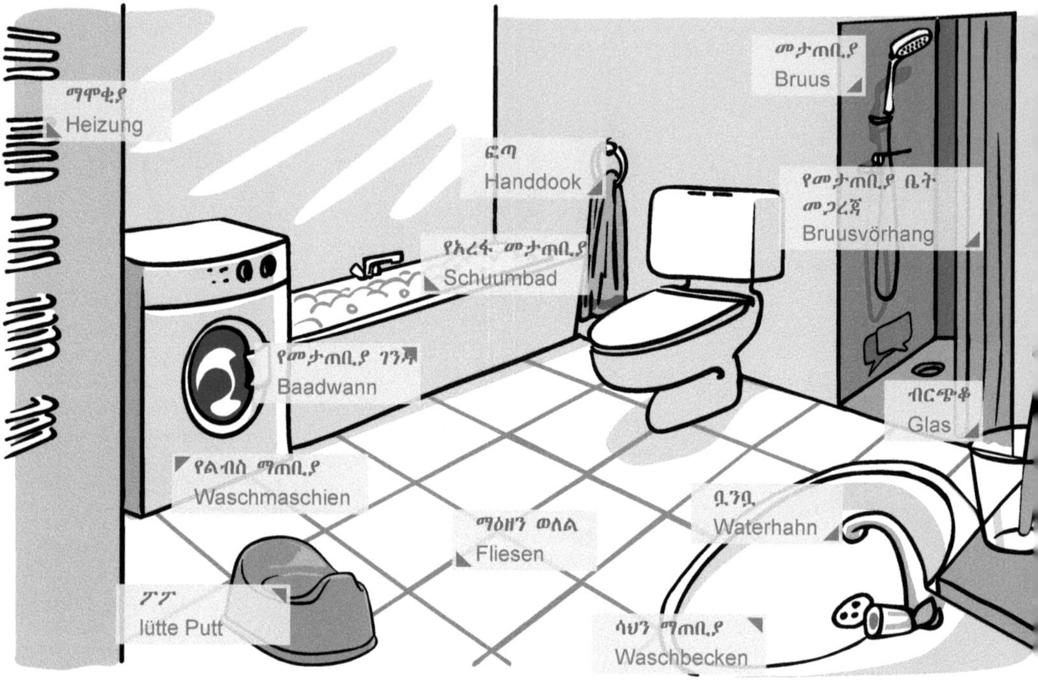

ማሞቂያ
Heizung
መታጠቢያ
Bruus
ፎጣ
Handdook
የመታጠቢያ ቤት መጋረጃ
Bruusvörhang
የአረፋ መታጠቢያ
Schuumbad
የመታጠቢያ ገንዳ
Baadwann
ብርጭቆ
Glas
የልብስ ማጠቢያ
Waschmaschien
ቧንቧ
Waterhahn
ማዕዘን ወለል
Fliesen
ፖፖ
lütte Putt
ሳህን ማጠቢያ
Waschbecken

ሽንት ቤት

Tante Meier

የሽንት ቤት መቀመጫ

Hockklo

ሳፋ

Bidet

የመንገድ ዳር መሽኛ

Miegbecken

የሽንት ቤት ወረቀት

Klopapeer

የሽንት ቤት ማፅጃ ብሩሽ

Kloböst

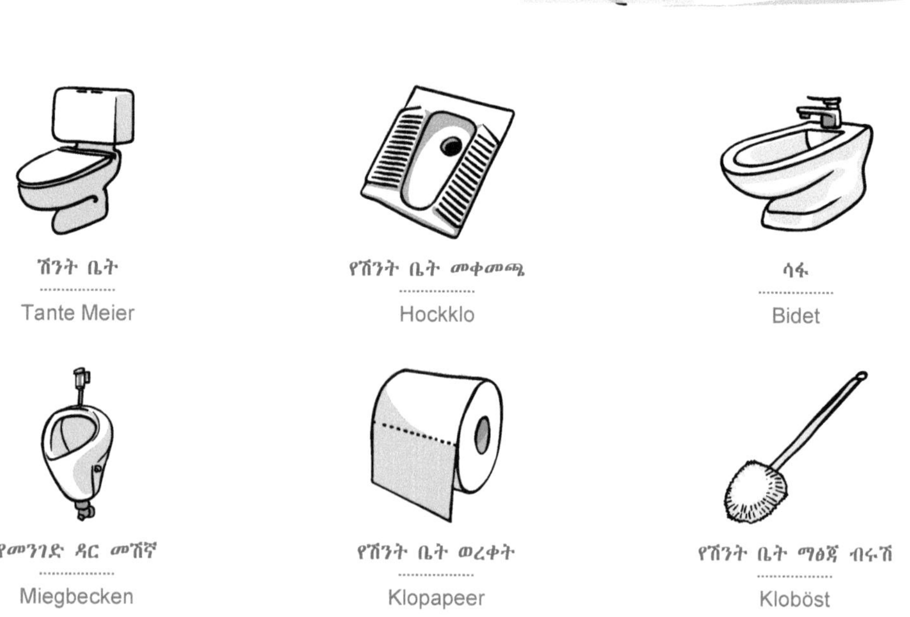

የጥርስ ብሩሽ

Tähnböst

የጥርስ ሳሙና

Tähnpast

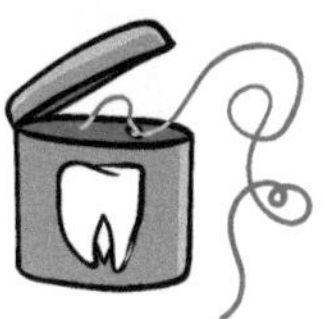

የጥርስ ማፅጃ ክር

Tähnsied

መታጠብ

waschen

የእጅ መታጠቢያ

Handbruus

መታጠቢያ

Intimbruus

ጎድጓዳ ሳህን

Waschschöttel

የጀርባ ብሩሽ

Rüchböst

ሳሙና

Seep

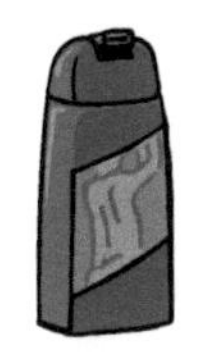

መታጠቢያ የሚዝለገለግ ሳሙና

Bruusgeel

የፀጉር መታጠቢያ ሳሙና

Hoorwaschmiddel

ለስላሳ ጨርቅ

Waschlappen

ፍሳሽ

Afloop

ክሬም

Creme

ጠረን መቀየሪያ ንጥረ ነገር

Deodorant

መስታወት

....

Spegel

የእጅ መስታወት

....

Kosmetikspegel

ምላጭ

....

Raserer

የመላጫ አረፋ

....

Raseerschuum

ከመላጨት በኋላ የሚቀባ ሽቱ

....

Raseerwater

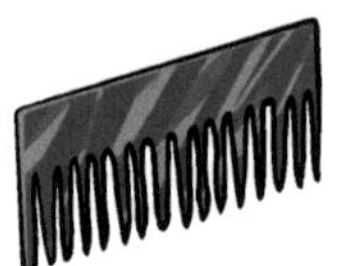

ማበጠሪያ

....

Kamm

ብሩሽ

....

Böst

የፀጉር ማድረቂያ

....

Hoordröger

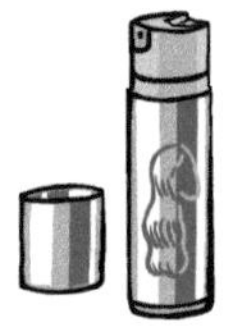

በፀጉር ላይ የሚነፋ

....

Hoorspray

የፊት መቀባቢያ

....

Smink

የከንፈር ቀለም

....

Lippensticken

የጥፍር ቀለም

....

Nagellack

የጥጥ ሱፍ

....

Watt

ጥፍር መቁረጫ

....

Nagelscheer

ሽቶ

....

Rüükwater

ማጠቢያ ባልዲ

....

Kulturbüdel

መቀመጫ

....

Schemel

ሚዛን

....

Waag

የመታጠቢያ ልብስ

....

Baadmantel

የላስቲክ ጓንት

....

Gummihanschen

ሞዴስ

....

Tampon

የፅዳት ፎጣ

....

Damenbinn

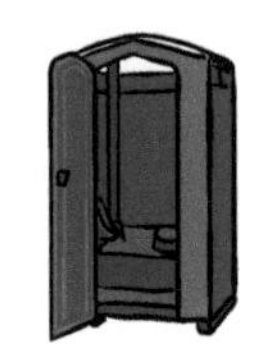

የሽንት ቤት ኬሚካል

....

Chemieklo

የልጅ ክፍል

Kinnerstuuv

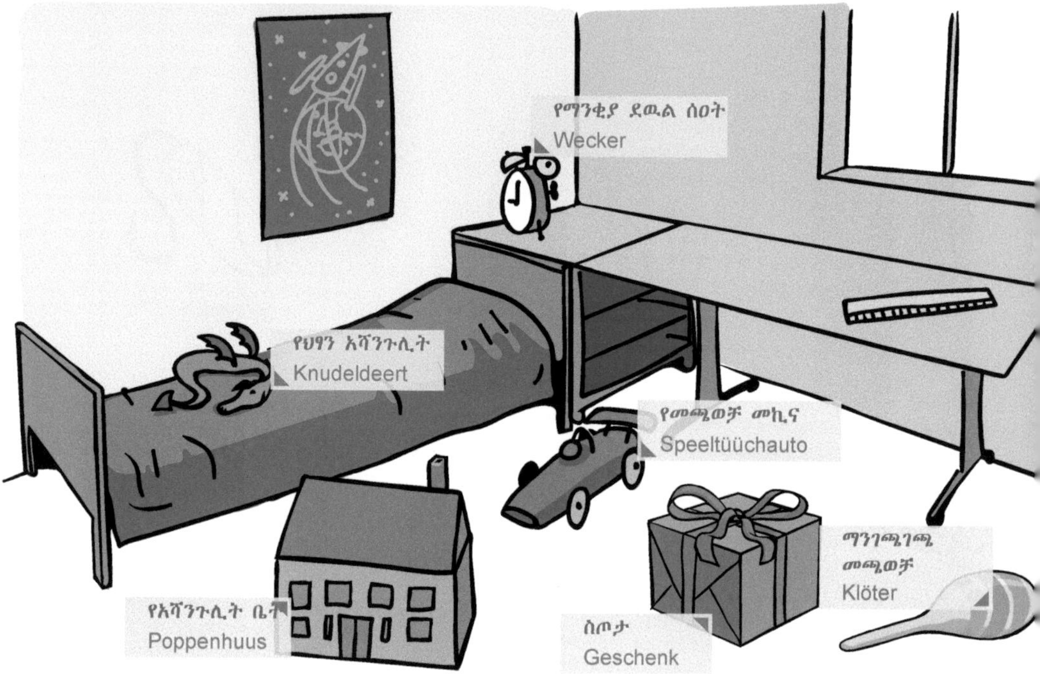

የማንቂያ ደዉል ሰዐት
Wecker
የህፃን አሻንጉሊት
Knudeldeert
የመጫወቻ መኪና
Speeltüüchauto
ማንገጫገጫ
መጫወቻ
Klöter
የአሻንጉሊት ቤት
Poppenhuus
ስጦታ
Geschenk

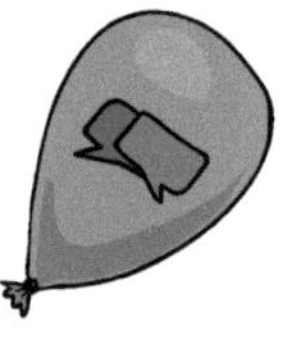

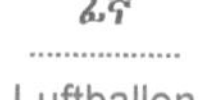

ፊኛ

Luftballon

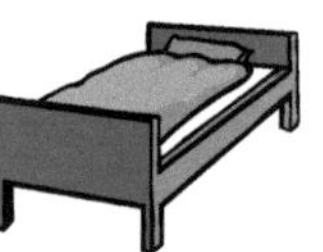

አልጋ

Puuch

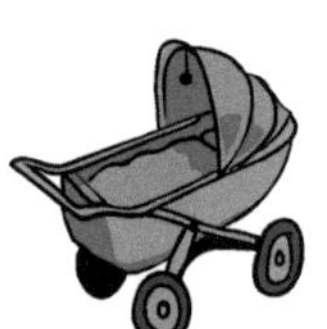

የህፃን ማንሸራሸሪያ ጋሪ

Kinnerwagen

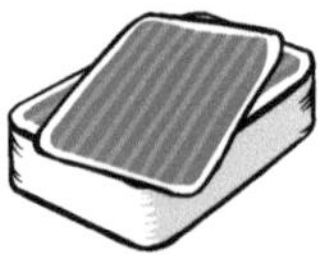

የካርታ መጫወቻ

Koortenspeel

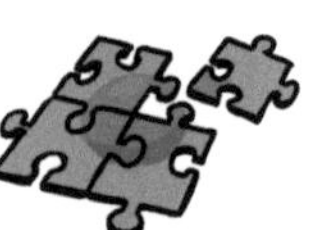

ቁርጥራጭ ምስሎችን የማገጣጠም
እና ምስል የማግኘት ጨዋታ

Puzzle

SUPER
MEGA

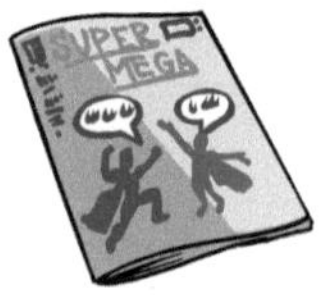

አዝናኝ

Billergeschicht

ተገጣጣሚ መጫወቻ

Legostenen

የመጫወቻ መገጣጠሚያዎች

Bustenen

የድርጊት ምስል

Action-Figur

የህፃን እድገት

Strampelantog

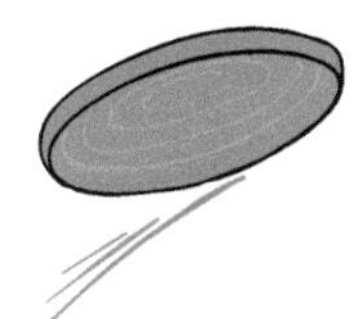

የፕላስቲክ መጫወቻ ዝርግ ሰሀን

Frisbeeschiev

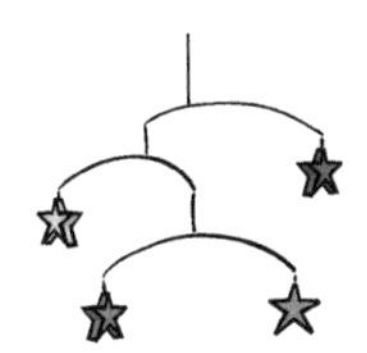

ተወዛዋዥ የህፃን ማጫወቻ

Mobile

የሰሌዳ ጨዋታ

Brettspeel

የመጫወቻ ጠጠር

Wörpel

የመጫወቻ ባቡር

Modelliesenbahn

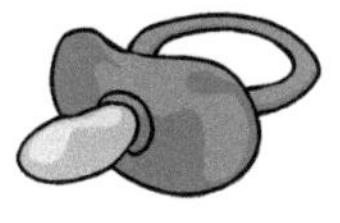

የእንጀራ እናት ጡጦ

Snuller

ድግስ

Party

የስዕል መፅሀፍ

Billerbook

ኳስ

Ball

አሻንጉሊት

Popp

መጫወት

spelen

የአሸዋ መጫወቻ

Sandkassen

ዥዋዥዌ

Schuckel

መጫወቻዎች

Speeltüüch

የቪዲዮ መጫወቻ

Speelkonsool

ባለ ሶስት ጎማ ብስክሌት

Dreerad

የአሻንጉሊት ድብ

Teddyboor

ቁምሳጥን

Klederschapp

አልባሳት

Tüüch

ካልሲዎች

Socken

ስቶኪንጎች

Strümp

ታይት

Strumpbüx

የአንገት ልብስ
Halsdook
ዣንጥላ
Paraplü
ከናቴራ
T-Shirt
ቀበቶ
Liefreem
ቦቲ
Stevel
የቤት ዉስጥ ነጠላ ጫማ
Puuschen
ስኒከሮች
Turnschoh
ነጠላ ጫማዎች
Sandalen
ጫማዎች
Schoh
የዝናብ ቡትስ
Gummistevel
ሙታንታ
Ünnerbüx
ጡት መያዣ
Bostholler
ሰደርያ
Ünnerhemd

ሰዉነት

Lief

ሱሪዎች

Büx

ጅንስ

Jeansnüx

ጉርድ ቀሚስ

Rock

ሸሚዝ

Bluus

ሸሚዝ

Hemd

የሚጠለቅ ሹራብ

Pullover

ሹራብ

Kapuzenpullover

ዩኒፎርም ጃኬት

Blazer

ጃኬት

Jack

ኮት

Mantel

የዝናብ ኮት

Övertrecker

ልብስ

Kostüm

ቀሚስ

Kleed

የሙሽራ ቀሚስ

Hochtietskleed

ሱፍ

Antog

የለሊት ልብስ

Nachtkleed

የለሊት ልብስ

Slaapantog

ረጅም ቀሚስ

Sari

ሂጃብ

Koppdook

ጥምጣም

Turban

ቡርቃ

Burka

ሽርጥ

Kaftan

አባያ

Abaya

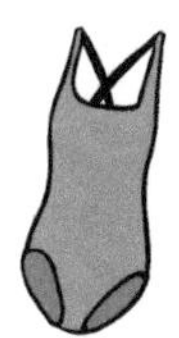

የዋና ልብስ

Baadantog

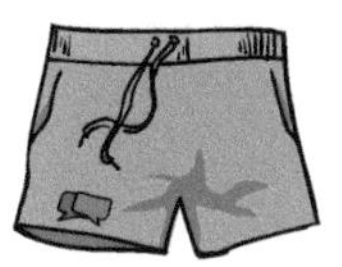

አጭር ቁምጣ

Baadbüx

ቁምጣዎች

Korte Büx

የስራ ቱታ

Antog to'n Öven

ሽርጥ

Schört

ጓንት

Handschoh

ቁልፍ

Knopp

መነፅር

Brill

አምባር

Armband

የአንገት ሀብል

Halskeed

ቀለበት

Ring

የጆሮ ጌጥ

Ohrbummel

ኮፍያ

Mütz

የኮት መስቀያ

Klederbögel

ኮፍያ

Hoot

ከረቫት

Binner

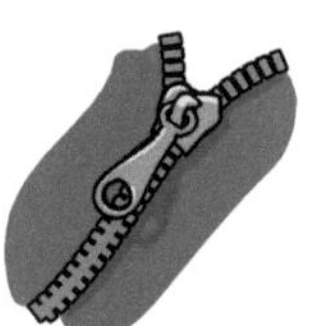

ዚፕ

Rietslüter

የብረት ቆብ

Helm

መደገፊያ

Drachtband

የትምህርት ቤት የደንብ ልብስ

Schooluniform

የደንብ ልብስ

Uniform

መሃረብ

Severböten

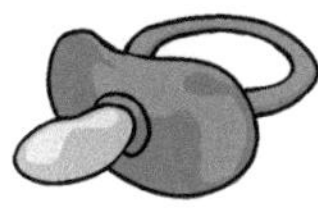

የእንጀራ እናት ጡጦ

Snuller

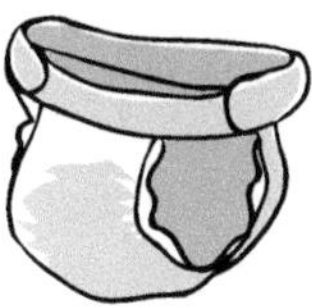

ሽንት ጨርቅ

Winnel

ቢሮ

Büro

ማስራጫ ጣቢያ
Server

የፋይል መደርደሪያ ካቢኔ
Aktenschapp

የህትመት መሳሪያ
Drucker

ወረቀት
Papeer

መቆጣጠሪያ
Bildschirm

መፃፊያ ጠረጴዛ
Schrievdisch

ማዉዝ
Muus

ማህደር
Orner

የመፃፊ ቁልፎች
Knoopboord

የቆሻሻ ወረቀት መጣያ ቅርጫት
Papeerkorf

ኮምፒዉተር
Computer

ወንበር
Stohl

የቡና መጠጫ ትልቅ ኩባያ

Koffiebeker

ማስልያ ማሽን

Taschenreekner

ኢንተርኔት

Internet

ላፕቶፕ

Klappreekner

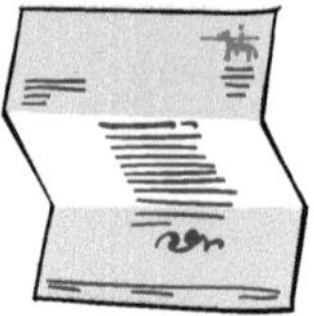

ደብዳቤ

Breef

መልዕክት

Naricht

ተንቀሳቃሽ ስልክ

Ackersnacker

የግንኙነት አዉታር

Nettwark

ማባዣ ማሽን

Kopeerapparat

ሶፍትዌር

Software

ስልክ

Klöönkassen

የግድግዳ ሶኬት

Steekdoos

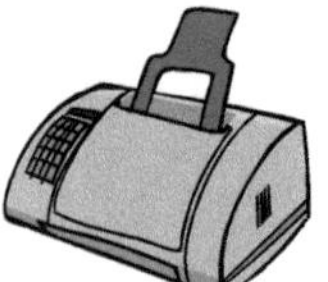

የፋክስ ማሽን

Faxapparat

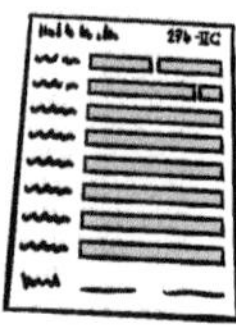

ቅፅ

Formulor

ሰነድ

Dokument

Weertschop

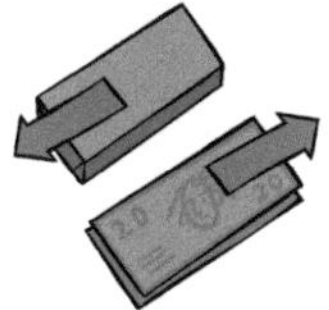

መግዛት

köpen

መ ፈል

betahlen

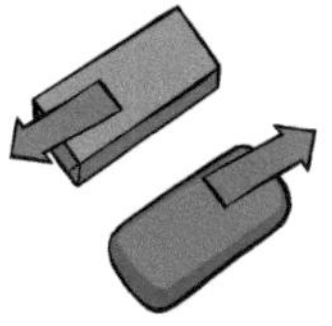

መ ገድ

hanneln

ገንዘብ

Geld

ላር

Dollar

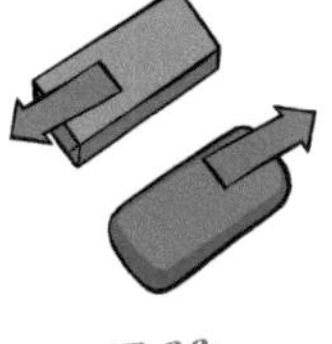

ሮ

Euro

የን

Yen

ብል

Ruvel

የስዊዝ ፍራን

Swiezer Franken

ንሚንቢ ዋን

Renminbi Yuan

ጲ

Rupie

የገንዘብ ጥብ

Geldautomat

የዉጭ ገንዘብ ምንዛሪ ቢሮ

Wesselstuuv

ወርቅ

Gold

ብር

Sülver

ዘይት

Ööl

ሀይል፤ ጉልበት

Energie

ዋጋ

Pries

ግንኙነት

Verdrag

ቀረጥ

Stüer

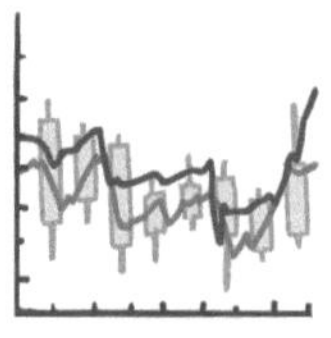

አክስዮን

Andeelschien

መስራት

arbeiden

ተቀጣሪ

Anstellte

ቀጣሪ

Arbeitgever

ፋብሪካ

Fabrik

ሱቅ

Hökerie

የስራ ሙያዎች

Profeschonen

የፖሊስ አዛዥ
Wachtmeester

የእሳት አደጋ ሰራተኛ
Füerwehrmann

ምግብ አብሳይ
Kock

ዶክተር
Dokter

አብራሪ
Fleger

አትክልተኛ
....
Goorner

አናጢ
....
Discher

ልብስ ሰፊ ሴት
....
Neihersche

ዳኛ
....
Richter

ቀማሚ
....
Chemiker

ተዋናይ
....
Schauspeler

የአዉቶቢስ ሹፌር

Busfohrer

የታክሲ ሹፌር

Taxifohrer

አሳ አጥማጅ

Fischer

ፅዳት ሰራተኛ

Reinmaakfru

የጣራ ሰራተኛ

Dackdecker

አስተናጋጅ

Kellner

አዳኝ

Jäger

ሰ ሊ

Maler

ጋጋሪ

Bäcker

የኤሌትሪክ ሰራተኛ

Elektriker

ገምቢ

Buarbeider

መሃሃዲስ

Ingenieur

ልኳንዳ

Slachter

የቧንቧ ሰራተኛ

Klempner

የፖስታ ሰራተኛ

Postbüdel

ወታደር

Suldat

መሃንዲስ

Architekt

የሒሳብ ሰራተኛ

Kasserer

አበባ ሻጭ

Florist

የፀጉር ሰራተኛ

Putzbüdel

ቲኬት ቆራጭ

Schaffner

መካኒክ

Mechaniker

ካፒቴን

Kaptein

የጥርስ ሐኪም

Tähndokter

ተመራማሪ

Wetenschopler

መምህር

Rabbi

የሙስሊም ሃይማኖታዊ መሪ

Imam

መነኩሴ

Mönk

ካህን

Paap

መሳሪያዎች
Warktüüch

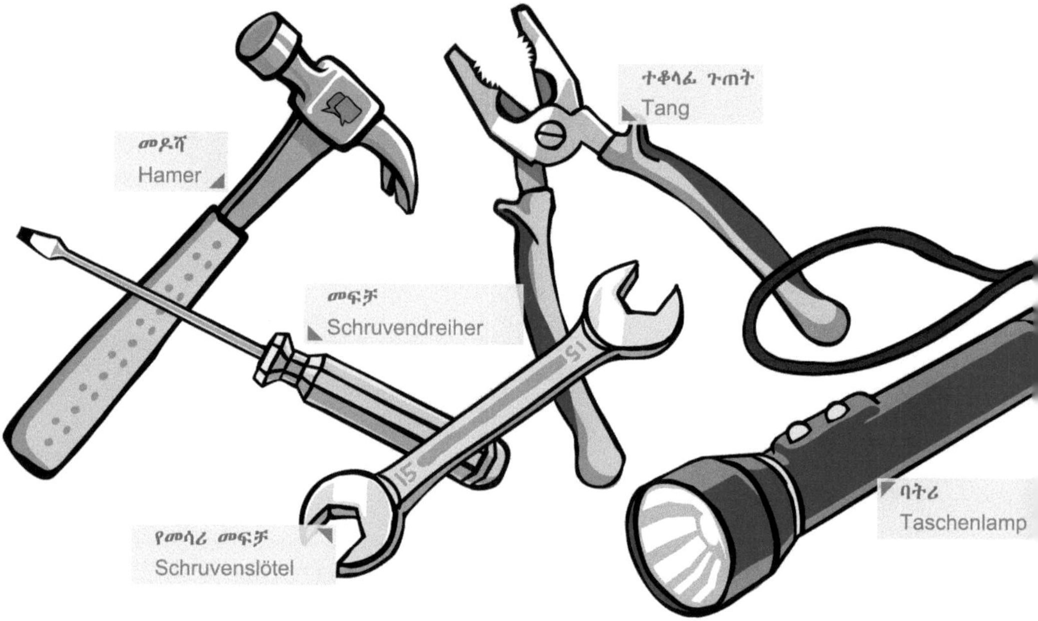

መዶሻ
Hamer

ተቆላፊ ጉጠት
Tang

መፍቻ
Schruvendreiher

የመሳሪ መፍቻ
Schruvenslötel

ባትሪ
Taschenlamp

በቁፋሮ የሚዝቅ

Grieper

የመፍቻ ሳጥን

Warktüüchkassen

መሰላል

Ledder

መጋዝ

Saag

ምስማር

Nagels

መሰርሰሪያ

Bohrer

መጠገን

heelmaken

አካፋ

Schüffel

የተረገመ!

Schiet!

ቆሻሻ ማፈሻ

Kehrblick

የቀለም ቆርቆሮ

Farvpott

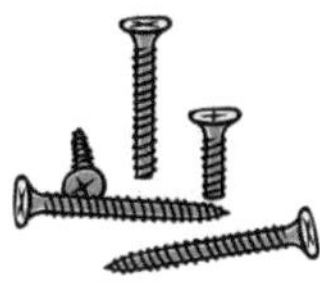

ብሎን

Schruven

የሙዚቃ መሳሪያዎች

Musikinstrumenten

የከበሮ መሳሪያዎች
Slagtüüch

የድምፅ ማጉያ መሳርያ
Luutsnacker

ክራር መስል የሙዚቃ መሳሪያ
Rietfiedel

ድርብ ቤዝ ጊታር
Bass-Vigelien

የትንፋሽ ሙዚቃ መሳሪያ
Trumpeet

ፒያኖ

Klaveer

ቫዮሊን

Vigelien

ወፍራም፤ጎርናና ድምፅ ያለዉ ክራር መሰል ሙዚቃ መሳሪያ

Bass

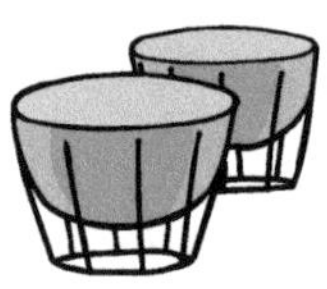

ነጋሪት

Pauk

ከበሮ

Trummeln

በኤሌክትሪክ የሚሰራ ፒኖ

Keyboard

የትንፋሽ ሙዚቃ መሳሪያ

Saxophon

ዋሽንት

Fleut

የድምፅ ማጉያ

Mikrofoon

የደር እንስሳት ማቆያ
Deertenpark

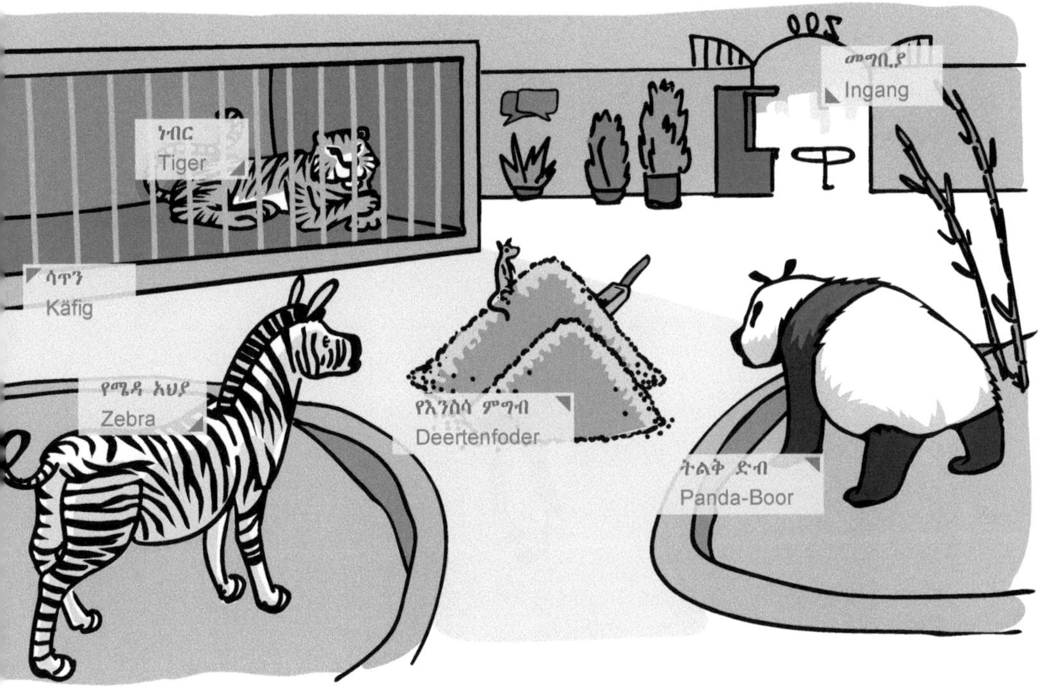

ነብር
Tiger

መግቢያ
Ingang

ሳጥን
Käfig

የሜዳ አህያ
Zebra

የእንስሳ ምግብ
Deertenfoder

ትልቅ ድብ
Panda-Boor

እንስሳቶች

Deerten

ዝሆን

Elefant

ካንጋሮ

Känguru

አዉራሪስ

Neeshoorn

ትልቅ ዝንጀሮ

Gorilla

ድብ

Boor

ግመል

Kameel

ሰጎን

Struuß

አንበሳ

Lööv

ጦጣ

Aap

ቅልጥመ ረዥም ወፍ

Flamingo

በቀቀን

Papagoi

የወዋልታ ድብ

Iesboor

የዋልታ ወፎች

Pinguin

ረጅም ጥርሶች ያሉትአሳ ነባሪ

Haifisch

ጣዎስ

Pageluun

እባብ

Slang

አዞ

Krokodil

የዱር አራዊት የሚጠበቁበት
ማቆያን የሚጠብቅ

Oppasser in'n Deertenpark

አሳ በሊታ የባህር እንስሳ

Saalhund

የዱር ድመት

Jaguor

ድንክ ፈረስ

Pony

ነብር

Leopard

ጉማሬ

Nilpeerd

ቀጭኔ

Giraff

ንስር

Aadler

ከርከሮ

Wildswien

አሳ

Fisch

የባህር ኤሊ

Schildkrööt

የባህር አዉሬ

Walross

ቀበሮ

Voss

የሜዳ ፍየል፤ ሚዳቋ

Gazell

የስፖርት አይነቶች

Sport

እንቅስቃሴዎች

Aktivitäten

መሳቅ
lachen

መዝለል
springen

ማቀፍ
ümarmen

መራመድ
gahn

መዘመር
singen

ህልም ማለም
drömen

መፀለይ
beden

መሳም
snuteln

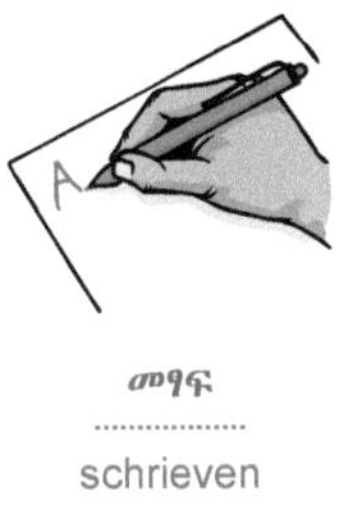

መፃፍ

schrieven

መሳል

teken

ማሳየት

wiesen

መግፋት

drücken

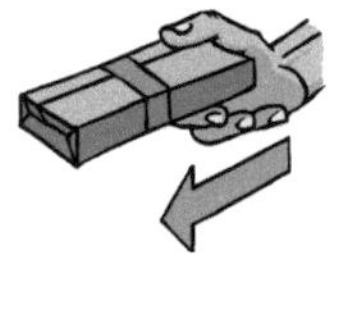

መስጠት

geven

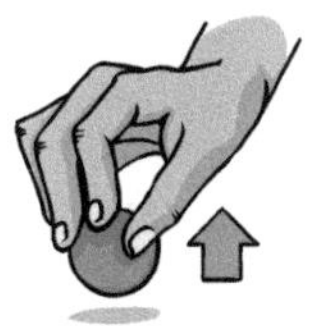

መዉሰድ

nehmen

መያዝ

hebben

ማድረግ

doon

መሆን

sien

መቆም

stahn

መሮጥ

lopen

መሳብ

trecken

መወርወር

smieten

መዉደቅ

fallen

መዋሸት

liggen

መጠበቅ

töven

መሸከም

dregen

መቀመጥ

sitten

መልበስ

antrecken

መተኛት

slapen

መንቃት

opwaken

መመልከት

....

ankieken

ማለልቀስ

....

wenen

መጫር

....

eien

ማበጠር

....

kämmen

ማዉራት

....

snacken

መረዳት

....

verstahn

ጥያቄ

....

fragen

ማዳመጥ

....

hören

መጠጣት

....

drinken

መብላት

....

eten

ማንፃት

....

oprümen

ማፍቀር

....

leefhebben

ምግብ ማብሰል

....

kaken

መንዳት

....

fohren

መብረር

....

flegen

መርከብ መንዳት

....

segeln

ቁጥሮችን ማስላት

....

reken

ማንበብ

....

lesen

መማር

....

lehren

መስራት

....

arbeiden

ማግባት

....

de Plünnen tohoopsmieten

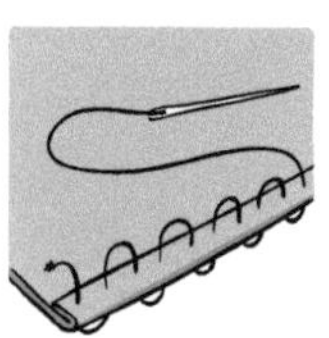

መስፋት

....

neihen

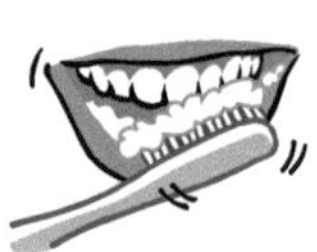

ጥርስ መቦረሽ

....

Tähnen putzen

መግደል

....

dootmaken

ማጨስ

....

smöken

መላክ

....

schicken

ቤተሰብ
Familje

የሴት አያት
Grootmoder

የወንድ አያት
Grootvadder

አባት
Vadder

እናት
Moder

ህፃን
Winnelkind

ሴት ልጅ
Dochter

ወንድ ልጅ
Söhn

እንግዳ
Gast

አክስት
Tant

አጎት
Unkel

ወንድም
Broder

እህት
Süster

አካል

Lief

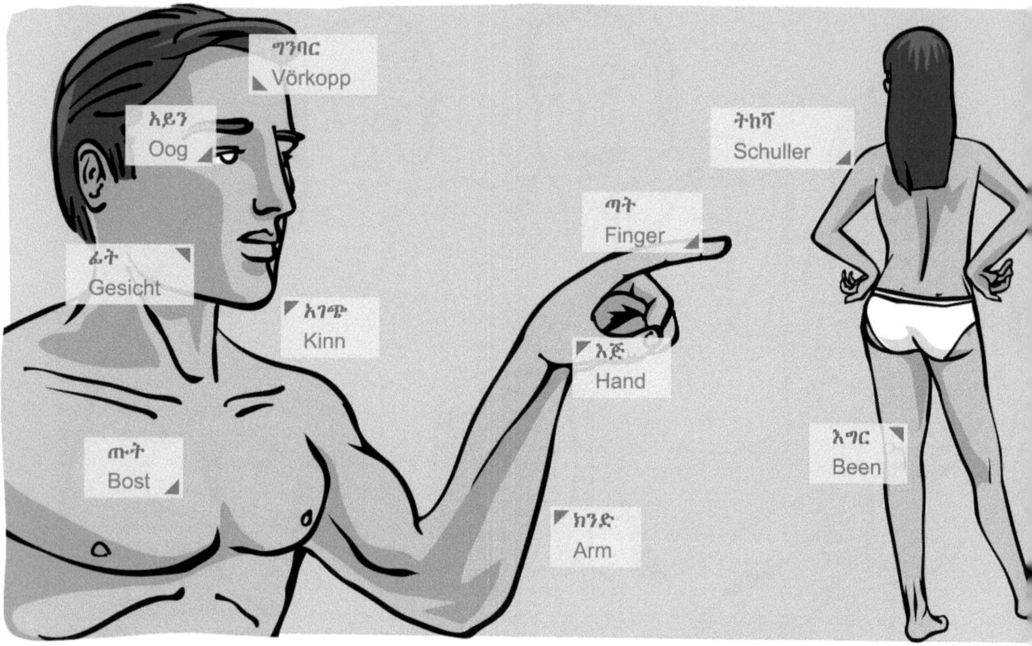

ግንባር
Vörkopp

አይን
Oog

ትከሻ
Schuller

ጣት
Finger

ፊት
Gesicht

አገጭ
Kinn

እጅ
Hand

ጡት
Bost

እግር
Been

ክንድ
Arm

ህፃን

Winnelkind

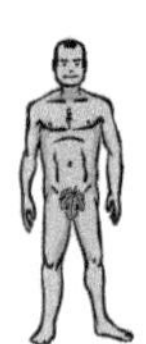

ሰዉ

Mann

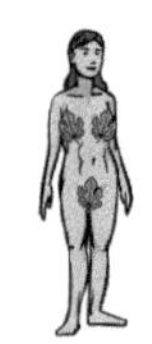

ሴት

Fro

ልጃገረድ

Deern

ወንድ ልጅ

Jung

ራስ

Arm

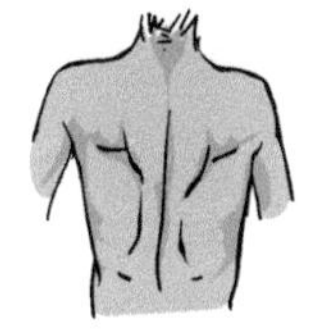

ጀርባ

....

Rüch

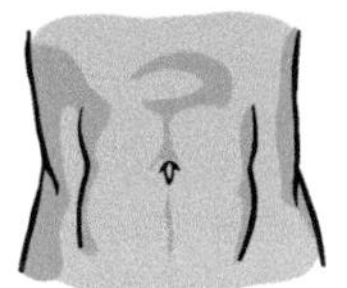

ሆድ

....

Buuk

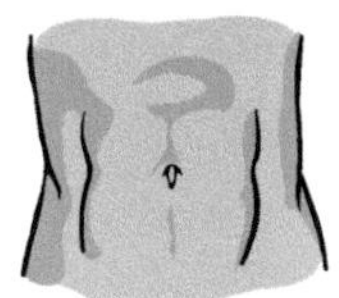

እምብርት

....

Navel

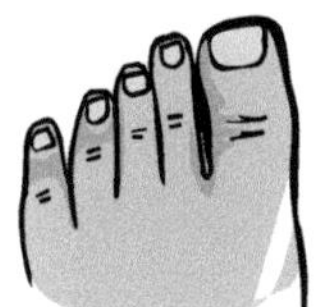

የእግር ጣት

....

Teh

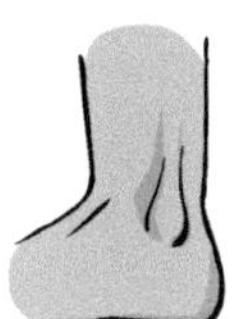

ተረከዝ

....

Hack

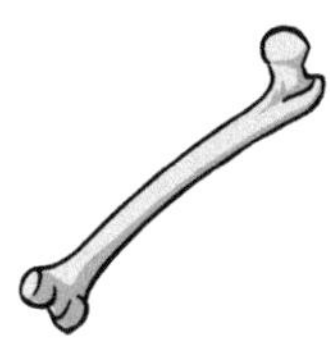

አጥንት

....

Knaken

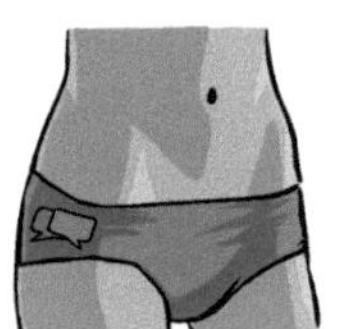

ዳሌ

....

Hüft

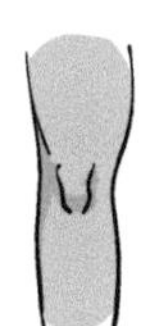

ጉልበት

....

Knee

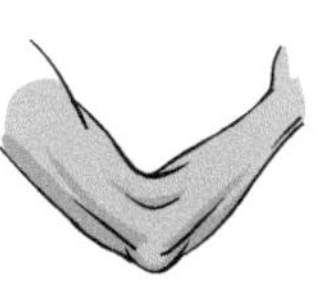

ክርን

....

Ellbagen

አፍንጫ

....

Nees

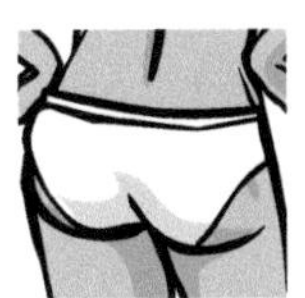

ቂጥ

....

Achtersen

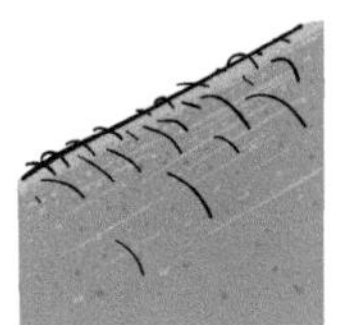

ቆዳ

....

Huut

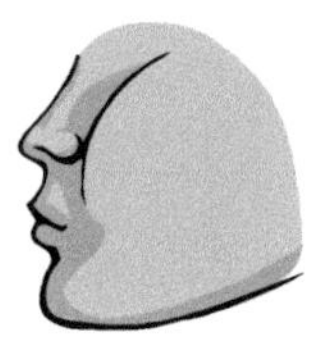

ጉንጭ

....

Back

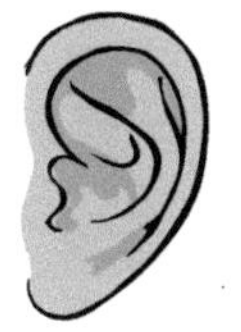

ጆሮ

....

Ohr

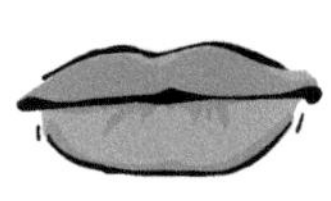

ከንፈር

....

Lipp

አፍ

Mund

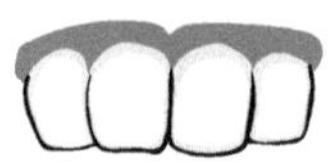

ጥርስ

Tähn

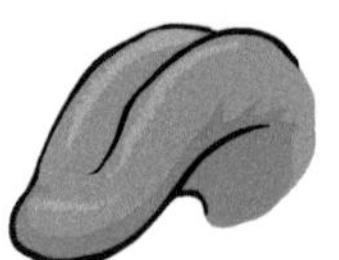

ምላስ

Tung

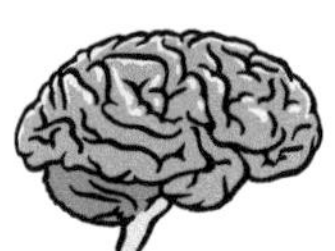

አንጎል

Bregen

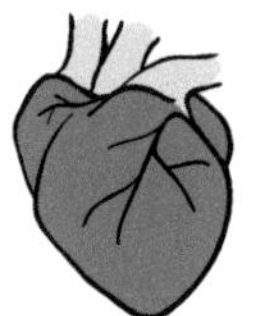

ልብ

Hart

ጡንቻ

Muskel

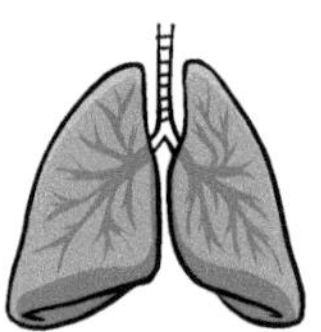

ሳምባ

Lung

ጉበት

Lever

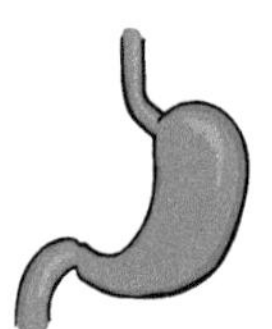

ሆድ

Maag

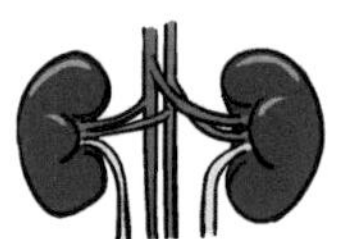

ኩላሊቶች

Neren

የግብረስጋ ግንኙነት

Bislaap

ኮንዶም

Kondoom

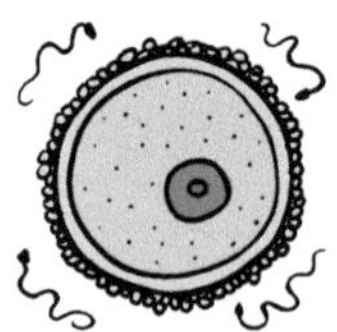

የሴት እንቁላል

Eizell

የዘር ፈሳሻ

Sperma

እርግዝና

Anner Ümstänn

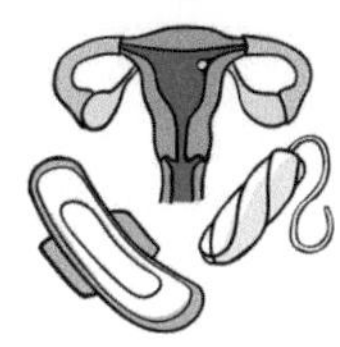

የወር አበባ

Menstruatschoon

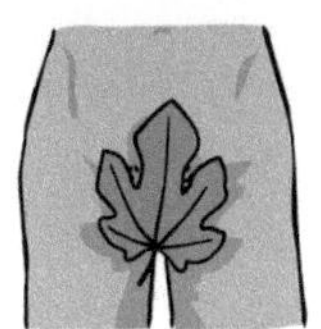

እምስ

Scheed

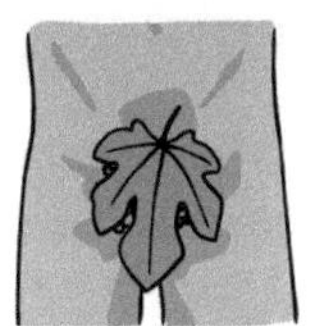

ቁላ

Pint

ቅንድብ

Ogenbroe

ፀጉር

Hoor

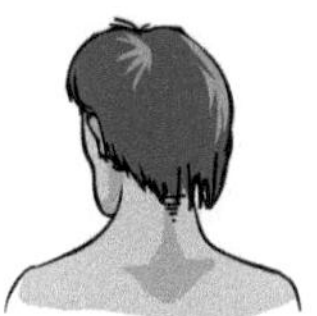

አንገት

Hals

ሆስፒታል
Krankenhuus

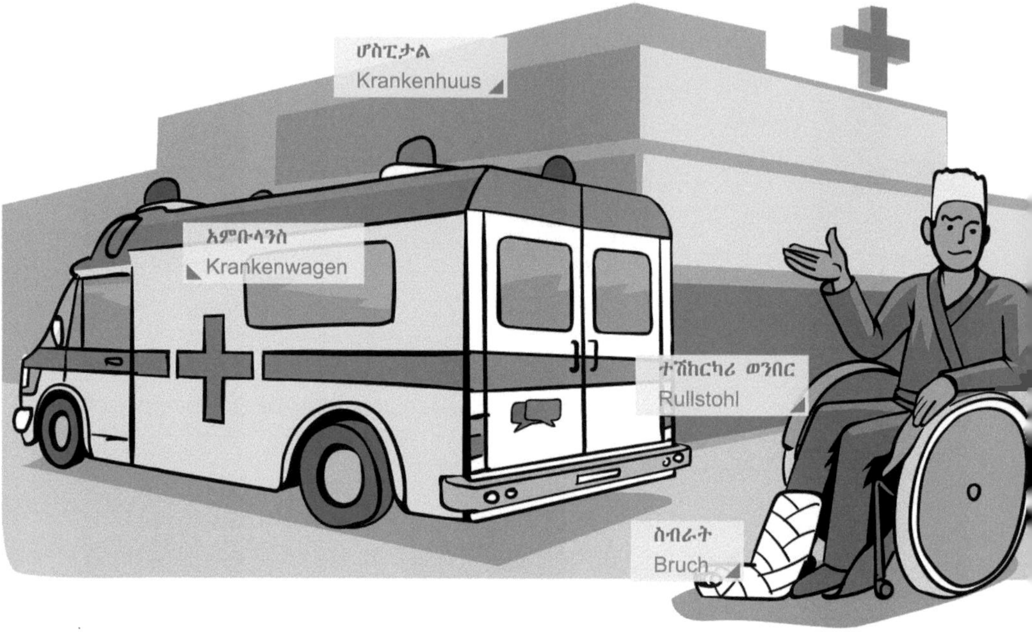

ሆስፒታል
Krankenhuus

አምቡላንስ
Krankenwagen

ተሽከርካሪ ወንበር
Rullstohl

ስብራት
Bruch

ዶክተር

Dokter

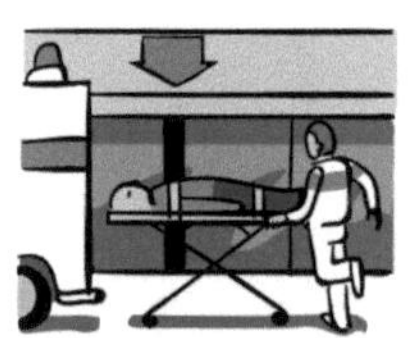

ድንገተኛ ክፍል

Nootopnahm

ነርስ

Krankensüster

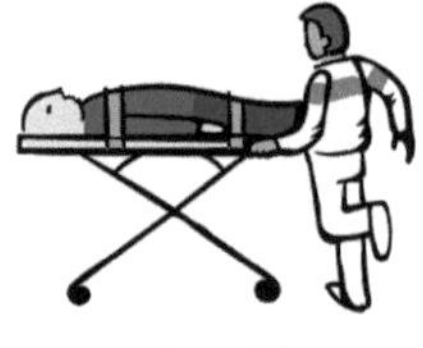

ድንገተኛ

Nootfall

ራስን መሳት/ አለማወቅ

ahnmächtig

ህመም

Wehdaag

ጉዳት

Verwunnen

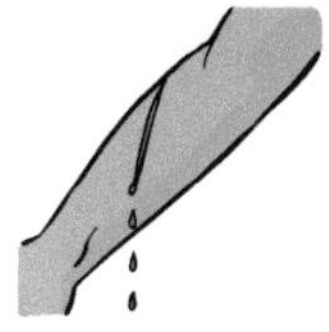

መድማት

Blöden

የልብ ድካም

Hartinfarkt

ስትሮክ

Slaganfall

አለርጂ

Allergie

ሳል

Hoosten

ትኩሳት

Fever

ኢንፍሎዌንዛ

Gripp

ተቅማጥ

Dörchfall

የራስ ምታት

Koppwehdaag

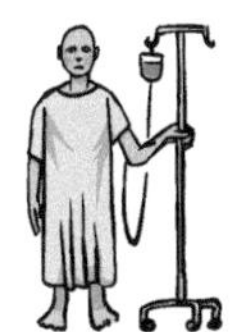

ካንሰር

Kreeft

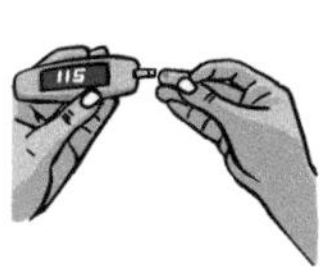

የስኳር በሽታ

Zuckersüük

ቀዶ ጠጋኝ ሐኪም

Chirurg

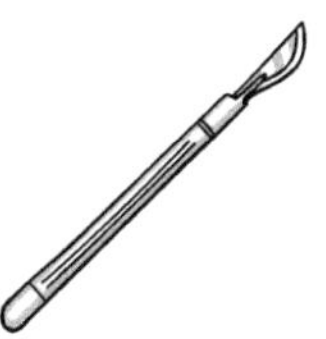

የቀዶ ጥገና ስለት

Chirurgsch Mess

ቀዶ ጥገና

Operatschoon

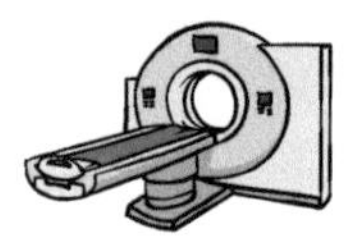

ሲቲ

CT

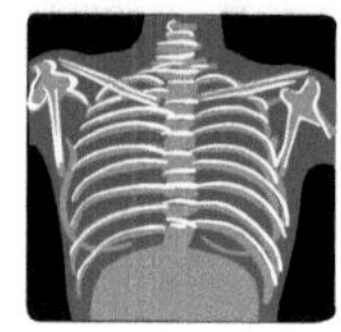

ኤክስሬዮ

Dörchlüchten

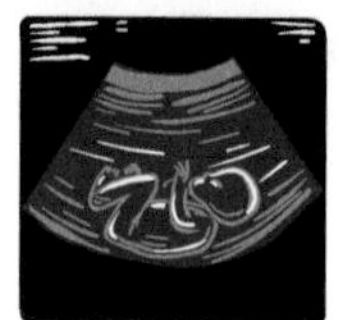

አልትራሳዉንድ

Ultraschall

የፊት ጭምብል

Mask

በሽታ

Krankheit

መጠበቂያ ክፍል

Töövruum

ምርኩዝ

Krück

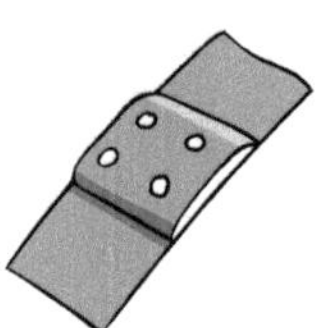

የቁስል ማሸጊያ

Plaaster

ፋሻ

Verband

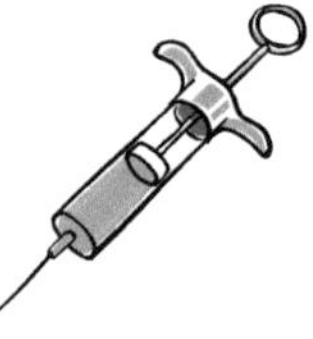

መርፌ

Insprütten

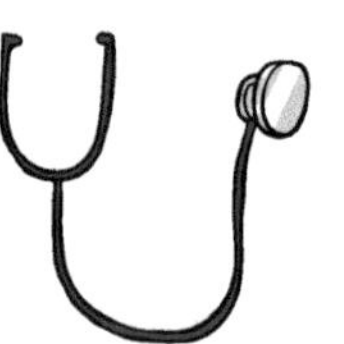

የልብ ምት ማዳመጫ መሳሪያ

Stethoskop

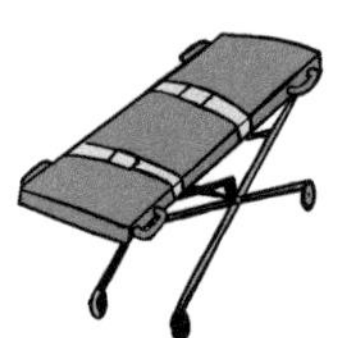

የበሽተኛ አልጋ

Draag

የህክምና ሙቀት መለኪያ መሳሪያ

Feverthermometer

መውለድ

Geboort

ከልክ ያለፈ ክብደት

Övergewicht

መስማት የሚረዳ መሳሪያ

Höörapparat

ፀረ ተባይ መድሀኒት

Kiemfriemiddel

ማመርቀዝ

Ansteken

ቫይረስ

Virus

ኤች አይቪ ኤድስ

HIV / AIDS

ህክምና

Heelmiddel

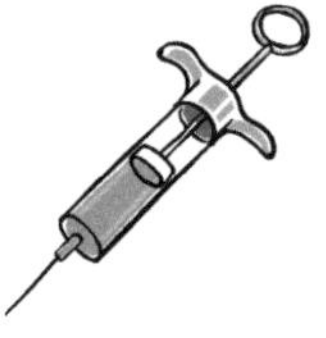

ክትባት

Impen

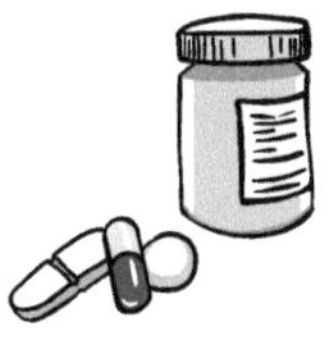

ኪኒን

Tabletten

ኪኒን

Pill

አስቸኳይ የስልክ ጥሪ

Nootroop

ደም ግፊት መቆጣጠሪያ

Blootdruck-Meter

ህመም/ ጤንነት

krank / gesund

ድንገተኛ

Nootfall

እርዳታ!

Hölp!

ማንቂያ ደዉል

Alarm

ጥቃት

Överfall

ድብደባ

Angreep

አደጋ

Gefohr

የድንገተኛ መዉጫ

Nootutgang

እሳት!

Füer!

እሳት ማጥፊያ

Füerlöscher

አደጋ

Unfall

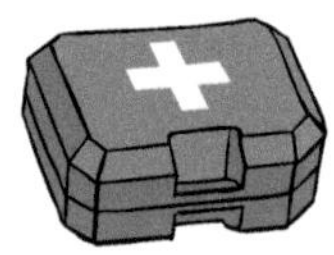

የመጀመሪያ እርዳታ መድሃኒት መያዣ

Noothölpkoffer

ፍስ አድን

SOS

ፖሊስ

Polizei

ምድር

Eerd

አዉሮፓ

Europa

ሰሜን አሜሪካ

Noordamerika

ደቡብ አሜሪካ

Süüdamerika

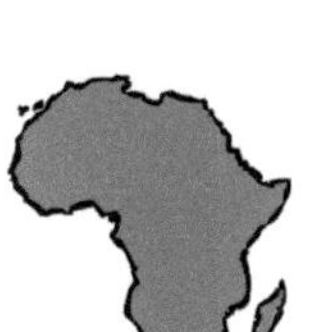

አፍሪካ

Afrika

እስያ

Asien

አዉስትራሊያ

Australien

አትላንቲክ

Atlantik

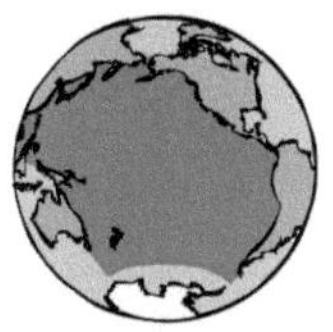

ፓስፊክ

Pazifik

የህንድ ዉቅያኖስ

Indisch Weltmeer

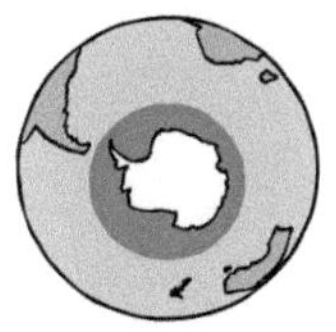

አንታርክቲክ ዉቅያኖስ

Antarktisch Weltmeer

አርክቲክ ዉቅያኖስ

Arktisch Weltmeer

ሰሜን ዋልታ

Noordpol

ደቡብ ዋልታ

Süüdpol

አንታርክቲካ

Antarktis

ምድር

Eerd

መሬት

Land

ባህር

See

ደሴት

Eiland

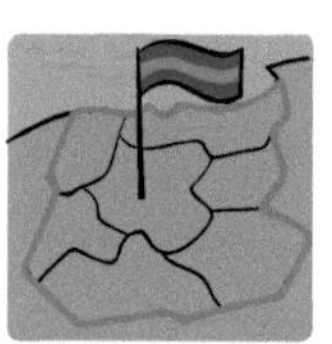

አገርና ህዝብ

Natschoon

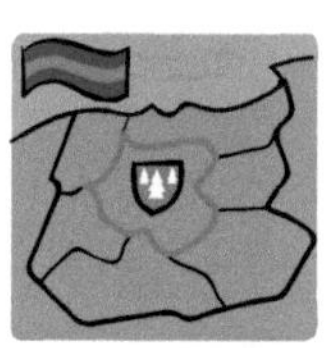

መንግስት

Staat

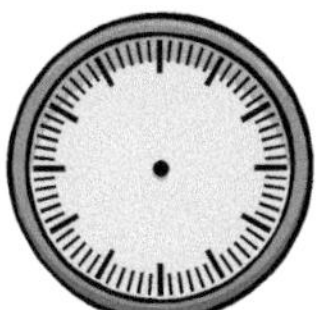

የሰዓት ገፅታ

Tallenblatt

ሰዓት

Stunnenwieser

ደቂቃ

Minutenwieser

ሴኮንድ

Sekunnenwieser

ስንት ሰዓት ነው?

Wo laat is dat?

ቀን

Dag

ጊዜ

Tiet

አሁን

nu

የቁጥር ሰዐት

digetaalsch Klock

ደቂቃ

Minuut

ሰዓታት

Stunn

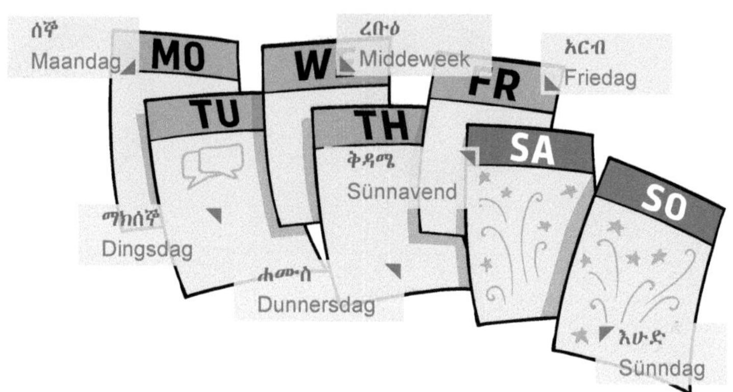

ትላንት

güstern

ዛሬ

hüüt

ነገ

morgen

ማለዳ

Morgen

ቀትር

Meddag

ምሽት

Avend

የስራ ቀናት

Arbeitsdaag

የዕረፍት ቀናት

Wekenenn

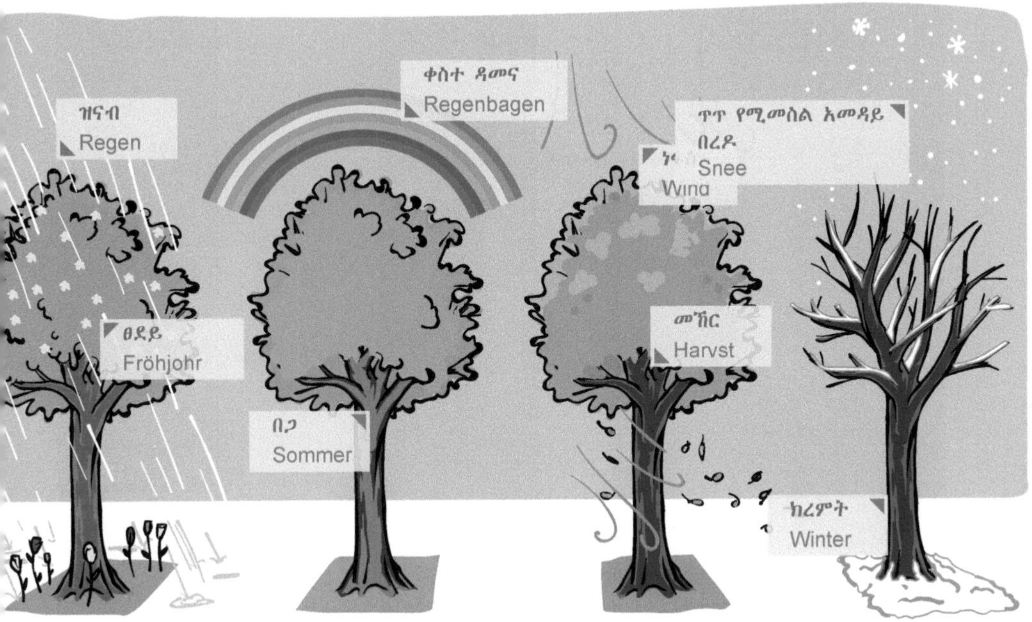

ዝናብ
Regen

ቀስተ ዳመና
Regenbagen

ጥጥ የሚመስል አመዳይ
በረዶ
Snee

ነ
Wind

ፀደይ
Fröhjohr

በጋ
Sommer

መኸር
Harvst

ክረምት
Winter

የአየር ሁኔታ ትንበያ
....
Wedervörhersaag

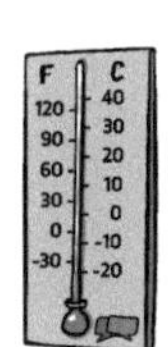

የሙቀት መለኪያ
....
Thermometer

የፀ ይ ሙቀት
....
Sünnenschien

ደመና
....
Wulk

ጭጋግ
....
Nevel

እርጥበታማነት
....
Luftfuchtigkeit

መብረቅ

Blitz

ነጎድጓድ

Dunner

አዉሎ ንፋስ

Storm

የበረዶ ዝናብ

Hagel

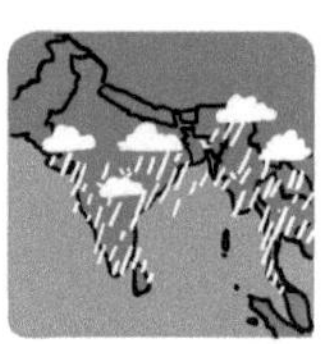

አዉሎ ንፋስ

Monsun

ጎርፍ

Floot

በረዶ

Ies

ጥር

Januormaand

የካቲት

Februormaand

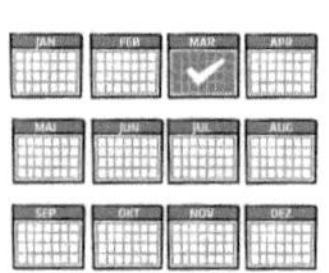

መጋቢት

Martmaand

ሚያዚያ

Aprilmaand

ግንቦት

Maimaand

ሰኔ

Junimaand

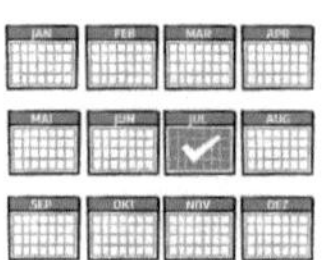

ሐምሌ

Julimaand

ነሀሴ

Augustmaand

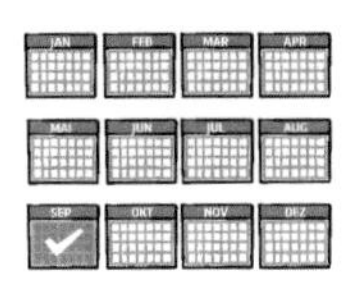

መስከረም
....
Septembermaand

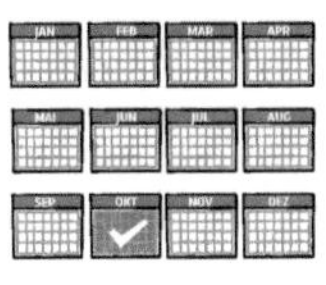

ጥቅምት
....
Oktobermaand

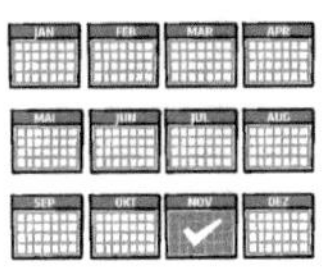

ህዳር
....
Novembermaand

ታህሳስ
....
Dezembermaand

ቅርፆች
Formen

ክብ
....
Krink

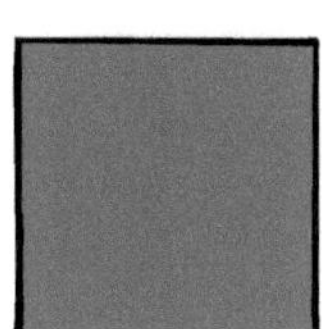

አራት ማዕዘን
....
Quadrat

አራት ቀጥተኛ ማዕዘኖች ጎኖች ያሉት ቅርፅ
....
Rechteck

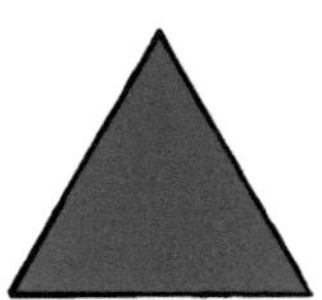

ስት ማዕዘን
....
Dreeeck

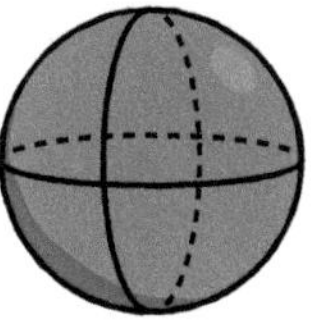

ሉል
....
Kugel

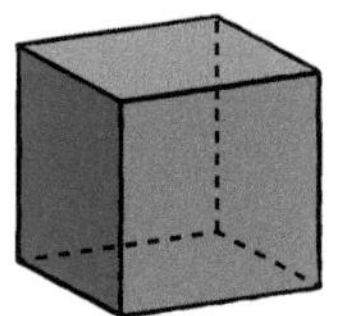

ስድስት ጎን ያለዉ ቅርፅ
....
Wörpel

ቀለማት

Farven

ነጭ

witt

ቢጫ

geel

ብርቱካናማ

orangsch

ሮዝ

pink

ቀይ

root

ወይን ጠጅ

lila

ሰማያዊ

blau

አረንጓዴ

gröön

ቡኒ

bruun

ግራጫ

gries

ጥቁር

swart

ተቃራኒዎች

Gegendelen

ብዙ/ ጥቂት

....

veel / wenig

ንጼት/ እርጋታ

....

böös / verdreeglich

ቆንጆ/ አስቀያሚ

....

smuck / mies

ጅማሬ/ ፍፃሜ

....

Begünn / Enn

ትልቅ/ ትንሽ

....

groot / lütt

ደማቅ/ ደብዛዛ

....

hell / düüster

ወንድም/ እህት

....

Broder / Süster

ንፁህ/ ቆሻሻ

....

schier / schietig

የተሟላ/ ያልተሟላ

....

kumpleet / nich kumpleet

ቀን/ ምሽት

....

Dag / Nacht

የሞተ/ ህያዉ

....

doot / lebennig

ሰፊ/ ጠባብ

....

breet / small

የሚበላ/ የማይበላ

geneetbor / nich geneetbor

ክፉ/ ደግ

böös / fründlich

ደስተኛ/ ድብርተኛ

fickerig / langwielt

ወፍራም/ ቀጭን

dick / dünn

መጀመርያ/ መጨረሻ

toeerst / toletzt

ጓደኛ/ ጠላት

Fründ / Fiend

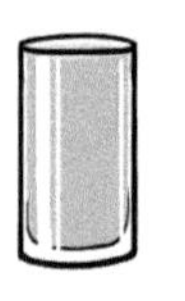

ሙሉ/ ጎዶሎ

vull / leddig

ጠንካራ/ ለስላሳ

hart / week

ከባድ/ ቀላል

swoor / licht

ረሃብ/ ጥማት

Smacht / Döst

ህመም/ ጤንነት

krank / gesund

ህገወጥ/ ህጋዊ

nich na't Recht / na't Recht

ጎበዝ/ ደደብ

klook / dummerhaftig

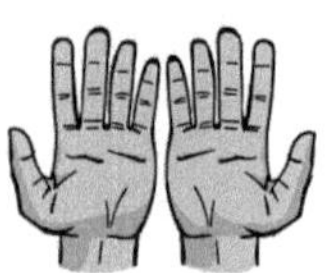

ግራ/ ቀኝ

linkerhand / rechterhand

ቅርብ/ ሩቅ

neeg / feern

አዲስ/ አሮጌ

....

nieg / bruukt

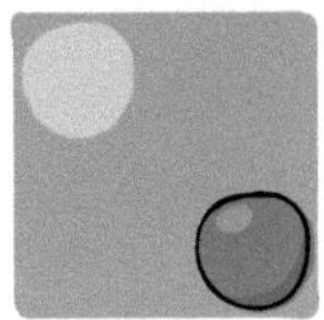

ምንም/ የሆነ ነገር

....

nix / wat

ሽማግሌ/ ወጣት

....

oolt / jung

የበራ/ የጠፋ

....

an / ut

ክፍት/ ዝግ

....

apen / slaten

ፀጥታ/ ጫጫታ

....

lies / luut

ሃብታም/ ደሃ

....

riek / arm

ትክክለኛ/ የተሳሳተ

....

richtig / verkehrt

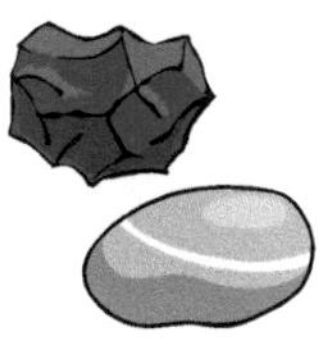

ሻካራ/ ለስላሳ

....

ruug / glatt

ሐዘን/ ደስታ

....

trurig / glücklich

አጭር/ ረዥም

....

kort / lang

ዝግተኛ/ ፈጣን

....

suutje / flink

እርጥብ/ ደረቅ

....

natt / dröög

ሞቃት/ ቀዝቃዛ

....

warm / köhl

ጦርነት/ ሰላም

....

Krieg / Freden

ቁጥሮች
Tallen

0

ዜሮ

null

1

አንድ

een

2

ሁለት

twee

3

ሶስት

dree

4

አራት

veer

5

አምስት

fief

6

ስድስት

söss

7

ሰባት

söven

8

ስምንት

acht

9

ዘጠኝ

negen

10

አስር

teihn

11

አስራ አንድ

ölven

12

አስራ ሁለት

twölf

13

አስራ ሶስት

dörteihn

14

አስራ አራት

veerteihn

15

አስራ አምስት

föffteihn

16

አስራ ስድስት

sössteihn

17

አስራ ሰባት

söventeihn

18

አስራ ስስምንት

achtteihn

19

አስራ ዘጠኝ

negenteihn

20

ሃያ

twintig

100

መቶ

hunnert

1.000

ሽህ

dusend

1.000.000

ሚሊዮን

million

ቋንቋዎች

Spraken

እንግሊዝኛ
Engelsch

የአሜሪካ እንግሊዝኛ
Amerikaansch Engelsch

የቻይና ማንዳሪን
Chineesch Mandarin

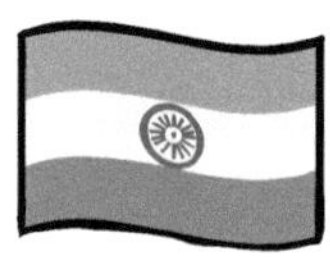

ሂንዱ
Hindi

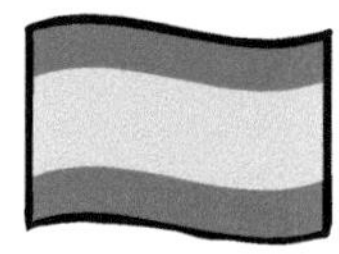

ስፓኒሽ
Spaansch

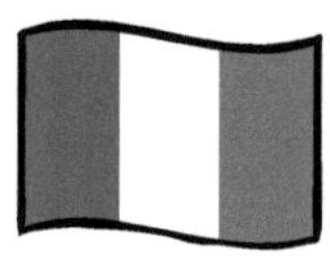

ፍሬንች
Franzöösch

አረብኛ
Araabsch

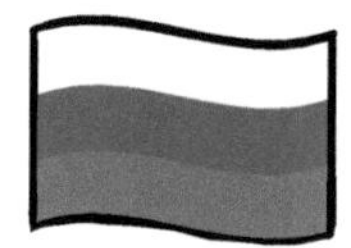

ራሺያኛ
Rusch

ፖርቹጊዝ
Portugiesch

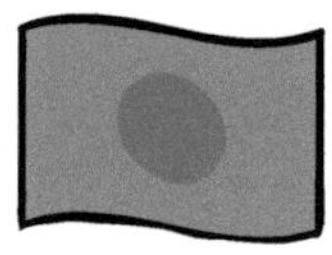

ቤንጋሊ
Bengaalsch

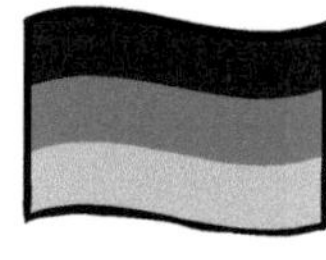

ጀርመን
Düütsch

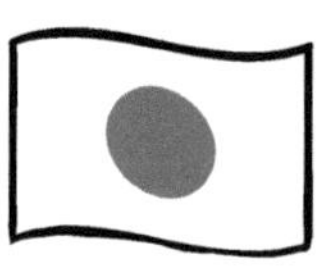

ጃፓንኛ
Japaansch

ማን/ ምን/ እንዴት

wokeen / wat / wo

እኔ

....

ik

አንተ

....

du

እሱ/ እርሷ/ እቃዉ

....

he / se / dat

እኛ

....

wi

አንተ

....

ji

እነርሱ

....

se

ማን?

....

keen?

ምን?

....

wat?

እንዴት?

....

woans?

የት?

....

woneem?

መቼ?

....

wannehr?

ስም

....

Naam

የት

wo

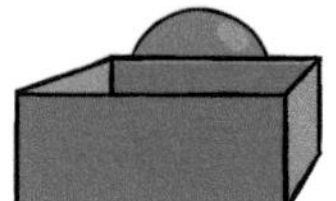

በስተጀርባ
achter

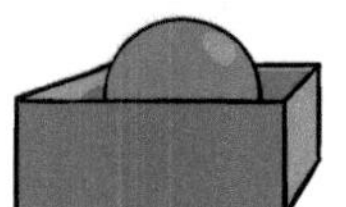

ዉስጥ
in

ከፊት ለፊት
vör

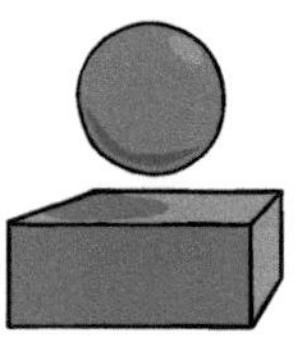

ከላይ
över

ላይ
op

ከስር
ünner

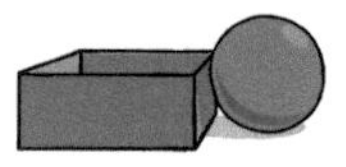

አጠገብ
blangen

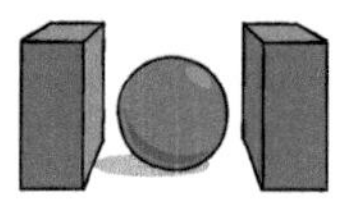

መሃከል
twüschen

ቦታ
Oort